தி. ஜானகிராமன்
நினைவோடை

தி. ஜானகிராமன்

தமிழின் முக்கியமான ஆளுமைகள் குறித்த சுந்தர ராமசாமியின் 'நினைவோடை' வரிசையில் ஏழாவது நூல் இது.

இலக்கிய வாசகர்களை மட்டுமல்லாமல் வெகுஜன வாசகர்களையும் தன் சிறுகதைகளாலும் நாவல்களாலும் கவர்ந்தவர் தி. ஜானகிராமன். படைப்புகள் மூலமாக அவரது இலக்கிய முகத்தை மட்டுமே அறிந்த வாசகர்களுக்கு தி. ஜா.வின் இன்னொரு முகத்தை அறிமுகம் செய்கிறது இந்நூல்.

ஜானகிராமனுடன் நேரில் பழகியவர்கள், 'அவருக்கு இணையான ஒரு ஸ்னேகிதனைப் பார்த்ததே கிடையாது என்று சொல்லும் வகையில், எந்தவிதமான எதிர்பார்ப்போ ஆக்கிரமிப்போ இல்லாமல் சகஜமாக நட்புறவுகொள்ளும் சுபாவத்தையும் சக எழுத்தாளரின் படைப்பாற்றலை வெளிப்படையாகவே பாராட்டும் உயர் குணத்தையும் இயல்பான அவரது தன்னடக்கத்தையும் தனக்கேயுரிய பாணியில் மிகையேதுமின்றிப் பதிவு செய்திருக்கிறார் சுந்தர ராமசாமி.

சுந்தர ராமசாமி

தி. ஜானகிராமன்

தொகுப்பு
அரவிந்தன்

காலச்சுவடு பதிப்பகம்

அன்பார்ந்த வாசகருக்கு,

வணக்கம்.

காலச்சுவடு நூலை வாங்கியமைக்கு நன்றி.

நூலின் உள்ளடக்கம், உருவாக்கம், அட்டைப்படம் இன்ன பிற அம்சங்கள் பற்றிய உங்கள் கருத்துகளையும் ஆலோசனைகளையும் காலச்சுவடு வரவேற்கிறது. தகவல், எழுத்து, வாக்கியப் பிழைகள் தென்பட்டால் கட்டாயம் தெரிவித்து உதவுங்கள். நூல் தயாரிப்பில் கடும் குறைபாடு இருப்பின் மாற்றுப் பிரதி உங்களுக்குக் கிடைக்கக் காலச்சுவடு ஏற்பாடு செய்யும்.

மின்னஞ்சல்: *publisher@kalachuvadu.com*

காலச்சுவடு நாகர்கோவில் தலைமையகத்துக்கும் கடிதம் அனுப்பலாம்.

தங்கள்
எஸ்.ஆர். சுந்தரம் (கண்ணன்)
பதிப்பாளர் — நிர்வாக இயக்குநர்

தி. ஜானகிராமன் ♦ நினைவுக் குறிப்புகள் ♦ ஆசிரியர்: சுந்தர ராமசாமி ♦ தொகுப்பாசிரியர்: அரவிந்தன் ♦ © கமலா ராமசாமி, அரவிந்தன் ♦ முதல் பதிப்பு: டிசம்பர் 2007, நான்காம் பதிப்பு: ஆகஸ்ட் 2023 ♦ வெளியீடு: காலச்சுவடு பப்ளிகேஷன்ஸ் (பி) லிட்., 669 கே.பி. சாலை, நாகர்கோவில் 629001

ti. jaanakiraaman ♦ Reminiscences ♦ Sundara Ramaswamy ♦ Compiled by: Aravindan ♦ © Kamala Ramaswamy, Aravindan ♦ Language: Tamil ♦ First Edition: December 2007, Fourth Edition: August 2023 ♦ Size: Demy 1 x 8 ♦ Paper: 18.6 kg maplitho ♦ Pages: 64

Published by Kalachuvadu Publications Pvt. Ltd., 669, K.P. Road, Nagercoil 629001, India ♦ Phone: 91-4652-278525 ♦ e-mail: publications @kalachuvadu.com ♦ Cover Design: K. Kalaiselvan ♦ Printed at Adyar Students xerox Pvt. Ltd., No. 275 Habibullah Road, Triplicane high Road, Opp Triplicane Post Office, Triplicane, Chennai 600005

ISBN: 978-81-89945-04-6

08/2023/S.No. 233, kcp 4629, 18.6 (4) 1k

பதிப்புரை

பல முக்கியமான ஆளுமைகளுடன் நெருக்கமான நட்பும் உறவும் கொண்டிருந்த சுந்தர ராமசாமி, தி. ஜானகிராமனுடனான தன் உறவின் நினைவுகளை இங்கு பதிவு செய்கிறார்.

சு.ரா. வின் தீவிர வாசகரான அரவிந்தன் அவரைச் சந்தித்து உரையாடிப் பதிவு செய்ததைப் பிரதி எடுத்தவர் பி.ஆர். மகாதேவன்.

நினைவோடை வரிசையில் ஏழாவது நூல் இது. இதே வரிசையில் வந்துள்ள க.நா.சு., சி.சு. செல்லப்பா, கிருஷ்ணன் நம்பி, ஜீவா, பிரமிள் குறித்த பதிவுகள் அனைத்தும் சுந்தர ராமசாமியால் பார்வையிடப்பட்டுச் செம்மைப்படுத்தப் பட்டவை. அடுத்து வந்த ஜி. நாகராஜன், கு. அழகிரிசாமி, தொ. மு.சி. ரகுநாதன், நா. பார்த்தசாரதி, ந. பிச்சமூர்த்தி, மௌனி, வெ. சாமிநாத சர்மா, என்.எஸ். கிருஷ்ணன், கவிமணி பற்றிய பதிவுகளும் தி. ஜானகிராமன் பற்றிய இந்தப் பதிவும் உரையாடல் பதிவின் எழுத்துருவாக்கங்களாக மட்டுமே அமைந்தவை.

தி. ஜானகிராமன் பற்றிய இந்தப் பதிவினைப் படித்து மெய்ப்புப் பார்த்த எம்.எஸ்., ராஜமார்த்தாண்டன், தங்கக்கண் ஆகியோருக்கு நன்றி.

பதிப்பாளர்

குறிப்பு:

இந்நினைவுக் குறிப்புகளை நான் நண்பர் அரவிந்தனிடம் சொல்லும்போது என் நினைவை மட்டும் அடிப்படையாக வைத்தே சொல்லியிருக்கிறேன். சொன்ன நேரத்தில் நினைவுக்கு வந்தவை மட்டுமே இதில் இடம்பெற்றிருக்கின்றன. இந்நினைவுக் குறிப்புகள் புத்தக உருவம்பெற்றுப் படிக்க நேர்ந்தபோது, சொல்லாத சில நினைவுகளும் மனதிற்குள் வந்தன. அவற்றை எழுதிச்சேர்க்க அவசியமான சமயவசதி எனக்கு இப்போது இல்லாமல் இருக்கிறது.

பல எழுத்தாளர்களுடனான முதல் சந்திப்பு என் நினைவில் போதிய தெளிவுடன் இல்லையோ என்று சந்தேகப்படுகிறேன். ஒரு சில வருடங்கள் துல்லியமாக இல்லாமலிருக்கலாம். அதிகபட்சம் அவை ஒன்றிரண்டு வருடங்கள் முன்பின்னாக அமைந்திருக்க வாய்ப்புண்டு.

நாகர்கோவில்   சு. ரா.
09.02.05

நினைவோடை – தி. ஜானகிராமன்

அரவிந்தன்: ஜானகிராமனை நீங்கள் எப்போது சந்தித் தீர்கள்? அவருடைய படைப்புகளை எப்போது படிக்க ஆரம்பித்தீர்கள்?

சுந்தர ராமசாமி: ஜானகிராமனை நேரில் பார்ப்ப தற்குப் பல வருடங்களுக்கு முன்னாலேயே நானும் கிருஷ்ணன்நம்பியும் அவரைப் படிக்க ஆரம்பித்துவிட் டோம். அனேகமாக முதலில் அவருடைய 'மோக முள்'ளைத்தான் தொடர்கதையாகப் படித்தோம். அவரது ஆரம்பகால எழுத்துகள் எங்களுக்குக் கிடைக்கவில்லை. அப்புறம் க.நா.சு. சொன்னார், வேறு பலரும் சொன்னார்கள். 1950–51இல்தான் அந்தத் தொடர்கதை வந்தது. அப்போது ஜானகிராமனுக்கு இருபத்தேழு வயது. அந்தத் தொடர் இரண்டு மூன்று வருஷத்துக்கு வந் திருக்கலாம். ஸ்ரீனிவாசன் என்பவர் *சுதேசமித்திரன்* வார இதழில் இருந்தார். அவருக்கு ஜானகிராமனுடைய எழுத்துமீது ரொம்ப நம்பிக்கை. ஜானகிராமன் அவருக்கு நெருக்கமான நண்பர். அவரும் தூண்டி அந்தத் தொடர் கதையை எழுதச் சொன்னாராம்.

ஜானகிராமன் அப்போது 'ஆல் இந்தியா ரேடியோ' வில் வேலை பார்த்துக்கொண்டிருந்தார். வேலை முடிந்ததும் அவர் நேராக *சுதேசமித்திரன்* ஆபீஸுக்குப் போவாராம். அங்கே இருந்துகொண்டு புதிதாக எழுத

வேண்டிய அத்தியாயத்தை எழுதிக் கொடுத்துவிடுவாராம். பொதுவாக எல்லாக் கதைகளையும் அவர் பல்வேறு இடங்களில் இருந்துகொண்டு எழுதியதாகத் தான் சொல்வார்கள். என்னிடம் ஒரு தடவை சொல்லியிருக்கிறார், ரயில்வே ஸ்டேஷனில் ஒரு பெட்டி இருக்குமே – சாமான்கள் எல்லாம் போட்டு வைத்திருப்பார்களே – அந்த மாதிரி ஒரு பெட்டியில் உட்கார்ந்து, எழுதி, அங்கேயே அதை போஸ்ட் செய்துவிட்டு வந்தேன் என்றார். அது எனக்கு மிகவும் ஆச்சரியமாக இருந்தது. எந்தக் கதையைப் பார்த்தாலும் நிறைய 'ஒர்க்' பண்ணி யிருக்கிறார் என்றுதான் தோன்றுமே தவிர, மேலோட்ட மாகவோ, அவசரமாகவோ எழுதின அம்சமே இருக்காது. அது எப்படி அவருக்குச் சாத்தியமாக இருந்தது? கதை தொடங்குகிற இடம், நடுப்பகுதி, முடிவு, உரையாடல் எல்லாம் அப்பப்ப மனதில் வருமா என்றெல்லாம் நினைத்துக் கொண்டேன்.

அப்போதெல்லாம் நாங்கள் *அமுதசுரபியிலும்*, *கலை மகளிலும்* அவருடைய கதைகளை விடாமல் படிப்போம். கணிசமான கதைகளைக் *கலைமகளிலும் அமுதசுரபியிலும்* எழுதியிருக்கிறார். ஒவ்வொரு கதையையும் படித்த உடனேயே நம்பி மிகவும் உணர்ச்சி வசப்பட்டுப் பேசுவான். 'ரொம்ப அபூர்வமான எழுத்தாளர். இந்த வகையில எழுதினவங்க இதுக்கு முன்னாலையும், பின்னாலையும் வரவில்லை. அந்த மாதிரி எழுதுகிறார்' என்று எழுத்தில் அவர் ஊட்டுற கவர்ச்சியைப் பற்றி மிக உயர்வாகப் பேசிக்கொண்டிருப்பான். நாங்கள் பத்திரிகைகளில் அவரது கதைகளைப் படித்துக் கொண்டிருக்கும்போது அவருடைய புத்தகங்கள் ஒன்றும் வரவில்லை.

கல்கியிலோ, *ஆனந்த விகடனிலோ* ஒரு தொடர்கதை எழுதினார். அதன் பெயர் தெரியவில்லை. அதைப் படித்த உடனேயே எனக்குக் கொஞ்சம் ஏமாற்றமாக இருந்தது. 'மோகமுள்' போல நாவலில் இருக்கக்கூடிய மனோபாவம் அதில் இல்லை; சிறுகதையில் இருக்கிற மனோபாவமும் இல்லை. இரண்டும் சம்பந்தமில்லாமல் எழுதியிருக்கிறார். தொடர்கதையாக நாங்கள் இரண்டு, மூன்று தடவை படித்திருக்கிறோம்.

அவருடைய முதல் நாவல் ஞாபகமில்லை. பாத்திரங்கள் ஹோமியோபதி டாக்டர் மாதிரி எல்லா இடத்துக்கும்

போவார்கள். அதே மாதிரி இலட்சியக் கனவுகளுடன் இருக்கிற கதாபாத்திரங்கள் நிறைய அவருடைய நாவலில் வருவார்கள். சின்னச் சின்னத் தொண்டுகள் ஆற்றிக்கொண்டிருப்பார்கள். அந்த மாதிரி ஒரு கேரக்டர் ஞாபகம் இருக்கிறது. 'அன்பே ஆரமுதே.' அந்தத் தலைப்பே எனக்குப் பிடிக்கவில்லை. அது மட்டுமல்ல, ஜானகிராமன் போன்ற படைப்பாளிகள் வைக்கிற தலைப்பாகவும் அது இல்லை. ஒரு சமயம் பத்திரிகை அலுவலகத்தில் அந்தத் தலைப்பைப் போட்டுவிட்டிருப்பார்கள்.

காம்பரமைஸுக்கு எதிரானவர் ஜானகிராமன் என்றும் சொல்ல முடியவில்லை. அழகிரிசாமி அளவுக்கு காம்பரமைஸ் பண்ணிக்கிறதுக்கு உள்ள மனோபாவம் இல்லாமல் இருந்தார் என்றும் சொல்ல முடியவில்லை. கொஞ்சம் பெயர், புகழ், படிக்கிறவர்கள் நிறையப்பேர் வேண்டும் என்கிற எண்ணத்தில் தான் எழுதியிருக்கிறார். ஆனாலும் அந்த மாதிரி எழுத்துக்கள் கூட பிரபலமான பத்திரிகையில் தொடர்கதையாகப் போட்டு, நிறையப்பேர் படிக்கக்கூடிய எழுத்தாக இருந்தது. அவர் இந்தியாவில் உள்ள மற்ற எந்த மொழியில் எழுதினாலும் இலட்சக்கணக்கான ஆட்கள் அவரைப் படிப்பார்கள். ஏனென்றால் அவருடைய எழுத்து அந்த அளவுக்குக் கவர்ச்சி கரமாக இருந்தது. ஆனால், தமிழ்ச் சமுதாயத்தில் அவர் கதைகளைக்கூடப் புரிந்துகொள்ள முடியாத அளவுக்கு இந்தப் பத்திரிகைகள் அதுக்கும் கீழான விஷயங்களைத் தொடர்ந்து போட்டு, ஜானகிராமனும்கூடத் தாங்கிக் கொள்ள முடியாத அளவுக்கு வாசகர்களை உருவாக்கி வைத்திருக்கின்றன.

ஜானகிராமனுடைய எழுத்துக்களைத் தொடர்ந்து நாங்கள் படித்துக்கொண்டிருந்தோம், நம்பி இருக்கிற காலம் வரைக்கும். நம்பி இறந்ததற்குப் பிறகு, ஜானகிராமன் கணையாழிக்கு ஆசிரியராக இருந்தவரைக்கும் தொடர்ந்து படித்துக்கொண் டிருந்தேன். நாங்கள் ஒரு குறிப்பிட்ட அளவு படித்திருப்போம். எப்போதுமே சில கதைகள் நம் கண்ணுக்குப் பட்டிருக்காது. டெல்லி மலரில் ஒரு கதை எழுதியிருப்பார், அதெல்லாம் கண்ணுக்குப் பட்டிருக்காது. அவர் காலமாகும் வரைக்கும் அச்சில் வராத, புத்தகமாகத் தொகுக்கப்படாத சில விஷயங்கள் நம் கண்ணுக்குப் பட்டிருக்காது. ஆனால் நான் ஓரளவுக்குத் தொடர்ந்து அவரைப் படித்திருக்கிறேன். அப்படிச் சிரத்தையாக முதலில் இருந்து கடைசி வரைக்கும் படித்த பிற எழுத்தாளர்

களைச் சொல்ல முடியாது. அழகிரிசாமியை எல்லாம் அவருடைய கடைசிக் காலத்தில் படிக்கிறதை விட்டுவிட்டேன். ராமாமிருதத்தை ஆரம்ப காலத்தில் மிகவும் ஆர்வத்தோடு படித்திருக்கிறேன். பின்னால் அவருடைய கதைகளைப் படிக்க வில்லை. ஆனால், ஜானகிராமனுடைய சிறுகதைகளையும், நாவல்களையும் எப்போதுமே விரும்பிப் படித்திருக்கிறோம்.

ஜானகிராமனுடைய முதல் புத்தகம் 'கொட்டு மேளம்' சிறுகதைத் தொகுப்பு. அந்தத் தொகுப்பில் உள்ள கதைகள் எல்லாவற்றையுமே நாங்கள் அவை பத்திரிகையில் வரும் போதே ஒன்றுக்கு இரண்டு தடவை படித்திருக்கிறோம். 'கொட்டு மேளம்' கதை கலைமகளில் வெளிவந்தது. அந்தக் கதைக்கு என்ன படம் போட்டிருந்தார்கள் என்பதெல்லாம் கூட எனக்கு ஞாபகம் இருக்கிறது. அவரது கதைகளில் சில பெண் கதாபாத்திரங்கள் மீது மயக்கம் ஊட்டுகிற தன்மை ரொம்ப அதிகமாக இருக்கும். அதெல்லாம் நம்பிக்கு மிகவும் பிடித்திருந்தது. பொதுவாக அவருடைய எழுத்துக்கள் மென்மையான, வாசனைத் திரவியம் பூசிய எழுத்துக்கள் மாதிரி இருக்கும். எப்போதுமே அது அவருடைய இயற்கை. அந்தத் தொகுப்பை நானும் நம்பியும் முழுவதுமாகப் படித்த உடனேயே அது இன்னும் இம்பரஸிவாக இருந்தது. ரொம்ப நாளைக்குப் பிறகு அவருடைய சிறந்த புத்தகங்களாகக் 'கொட்டு மேள'த்தையும், 'சிவப்பு ரிக்ஷா'வையும்தான் நான் நினைத்தேன். பல எழுத்தாளர்களிடம், ஜானகிராமனைப் படித்திருக்கிறீர் களா என்று கேட்டிருக்கிறேன். படித்திருக்கவில்லை என்று அவர்கள் சொன்னால், இந்த இரண்டு புத்தகங்களையும் முதலில் படியுங்கள், அப்புறம் மேலும் அதிகப்படியாகப் படிக்க வேண்டும் என்றால் 'மோகமுள்'ளையும், 'அம்மா வந்தாள்' நாவலையும் படிக்கலாம் என்று சொல்லியிருக்கிறேன். அப்போதெல்லாம் மனதுக்குள் ஒரு பட்டியல் தயார் செய்து, ஒவ்வொரு எழுத்தாளரிடமும் கண்டிப்பாகப் படிக்க வேண்டிய புத்தகம் எது என்றும், அதைப் படித்தால் அந்த எழுத்தாள ருடைய குணம் என்னவென்று ஏகதேசம் தெரிந்துவிடும் என்றும் பலரிடம் தொடர்ந்து சொல்லி வந்திருக்கிறேன்.

கொஞ்ச நாள் போனபிறகு ஜானகிராமன் மீது நம்பிக்கு ஒருவித பித்து மாதிரி ஆகிவிட்டது. ஜானகிராமனைப் பார்க்கணும் என்றெல்லாம் சொல்ல ஆரம்பித்துவிட்டான். அதோடு, ஜானகிராமனுக்கு என்ன அன்பளிப்பு கொடுக்கலாம்

என்பது பற்றியும் அடிக்கடி என்னிடம் கேட்க ஆரம்பித்தான். 'ரொம்ப விசேஷமான ஒரு அன்பளிப்பு கொடுக்கணும். இப்ப நமக்கு ஒரு நயா பைசாகூட பிஸினசில் வருமானமாக இல்லை. சீக்கிரமாக வருமானம் வந்தால் கொஞ்சம் கொஞ்சமாகப் பணத்தைச் சேர்த்து – மாதாமாதம் பதினைந்து இருபது ரூபாய் என்று சேர்த்து வைத்தாவது – நான் அவரைப் பார்க்கும்போது அன்பளிப்பாகக் கொடுப்பேன். அதைக் கொடுத்துவிட்டு நான் என்பாட்டுக்குப் போய்விடுவேன்' என்பான். அப்புறம் அவருக்குத் தங்க மோதிரம்தான் கொடுக்க வேண்டும் என்று முடிவு செய்தான். இப்படியும் சொல்லுவான்: எங்கேயோ அவர் மவுண்ட் ரோட்டில் போகும்போது, 'சார், உங்க கையக் காட்டுங்கோன்னு சொல்லுவேன். அவர் காட்டுவார். தங்க மோதிரத்தைப் போட்டுட்டு உடனேயே போயிடணும். அவர், என்ன இவன் திடீரென்று தங்க மோதிரத்தைப் போட்டுட்டுப் போறானே, யார் இவன் என்று திகைப்படையணும். ஒண்ணுமே சொல்லக்கூடாது' என்றெல்லாம் சில காட்சிகளை வர்ணித்திருக்கிறான். கடைசி வரைக்கும் அப்படிப் போடுவதற்கான பாக்கியம் அவனுக்குக் கிடைக்கவில்லை. அந்த அளவுக்கு அவனுக்குப் பணம் வந்து சேரவில்லை. அவன் தனது குழந்தைகளுக்கே அதிகமாக நகை செய்து போடவில்லை. அதனால் பல கஷ்டங்களினால் அந்த ஆசையை விட்டுவிட்டான் என்று நான் நினைக்கிறேன்.

ஜானகிராமனை நாங்கள் முதன்முதலாக எங்கு பார்த்தோம் என்பது மிகவும் தெளிவாக ஞாபகம் இருக்கிறது. 1959இல் அகில இந்திய எழுத்தாளர் மாநாட்டில்தான் அவரை முதன்முதலில் பார்த்தோம். ஜானகிராமன் அந்த மாநாட்டுக்கு ஒழுங்காக வரவில்லை. அவர் அலுவலகத்தில் ஏதோ பிரச்சனை. அதனால் முதல்நாள் காலையில் நிகழ்ச்சி முடிந்த பிறகு மத்தியானம் 12 மணி ஒரு மணியளவில் வந்தார். வந்த உடனேயே அவருக்குத் தெரிந்த ஆட்கள் அவருடன் பேசிக்கொண்டிருந்தார்கள். அதற்கு முன்னால் நம்பி அவருக்குக் காதல் கடிதங்கள் மாதிரி சில கடிதங்கள் எழுதியிருந்தான் – மனதை மிகவும் தொடுவது மாதிரி அவனுக்கு எழுதத் தெரியும். அதனால் நாங்கள் இரண்டு பேரும் மாநாட்டுக்கு வருவோம் என்று அவருக்குத் தெரியும்.

அதற்கு முன்னாலேயே 1952–53இல் என்னுடைய 'தண்ணீர்' கதை சாந்தியில் வந்தது, ஜானகிராமன் சாந்திக்குச்

சந்தா கட்டியிருந்தார். ரகுநாதனுக்கும், அவருக்கும் லேசான பழக்கம் இருக்கும் என்று நினைக்கிறேன். அப்போது ரகுநாதன், ஜானகிராமனைப் பற்றிச் சொல்கிறபோது, க.நா.சு.வை மாதிரி, அவர்மேல் விமர்சனம் வைக்காமல், நல்ல எழுத்தாளர் என்று சொல்லுவார். வெளியில் தெரியவந்த என்னுடைய முதல் கதையான 'தண்ணீரை' ஜானகிராமன் படித்துவிட்டு, ரகுநாதனுக்கு ஒரு நீண்ட கடிதம் எழுதியிருந்தார். அந்தக் கடிதத்தில், 'சுந்தர ராமசாமி உங்களுடைய 'டிஸ்கவரி' போலிருக்கு' என்று எழுதியிருந்தார். அந்த வாக்கியம் ரகுநாதனுக்கு மிகவும் பிடித்திருந்தது. அதனால் அவர் மனதில் ஆழமாகப் பதிந்திருந்தது. அவரைப் பார்க்க நான் போன சமயம், அந்தக் கடிதத்தை என்னிடம் காட்டி, மிகவும் உற்சாகத்தோடுதான் அந்தக் கடிதத்தை ஜானகிராமன் எழுதியிருக்கிறார் என்று ரகுநாதன் சொன்னார். அப்போது தான் முதன்முதலாக அவர் கடிதத்தைப் பார்க்கிறேன். ஒரு மாதிரி கிறுக்கலாக எழுதுவார் ஜானகிராமன். வேகமாக எழுதக்கூடிய கையெழுத்து.

மாநாட்டுக்குப் பதினொரு மணி, பன்னிரண்டு மணிக்கு வந்த உடனேயே அவருக்கு இரண்டு விஷயம் நினைவுக்கு வந்திருக்கும். ஒன்று, நம்பி அவருக்கு நேரடியாகவே கடிதம் எழுதுகிறான். இன்னொன்று, 'தண்ணீர்' என்கிற கதையை நான் சாந்தியிலே எழுதியிருக்கிறேன். நாங்கள் இரண்டு பேருமே அவருடைய அர்த்தத்தில் க.நா.சு.வின் சிஷ்யர்கள். எனவே நாங்கள் இரண்டு பேரும் மாநாட்டுக்கு அவசியம் வந்திருப்போம் என்று நினைத்திருக்கலாம் அல்லது நாங்கள் வருவோம் என்று கா.நா.சு.வோ, செல்லப்பாவோ சொல்லி யிருக்கலாம். ஜானகிராமன் கொஞ்ச நேரம் மற்றவர்களுடன் பேசிவிட்டு, அப்புறம் எங்களை விசாரித்திருக்கிறார். அப்போது செல்லப்பா வேகமாக வந்தார். 'உங்களைப் பார்க்கணும்னு ஜானகிராமன் துடிக்கிறான்' என்றார். 'எங்கே எங்கே' என்று கேட்டோம். 'வாசல்ல உட்கார்ந்துட்டு இருக்கான்' என்றார் செல்லப்பா. போனோம். வாசலில் நிறையப்பேர் இருந்தார்கள். அதில் யார் ஜானகிராமன் என்று தெளிவாகத் தெரியவில்லை. அப்போது இவர்தான் ஜானகிராமன் என்று நம்பி சொன்னான். ஜானகிராமன் கொஞ்சம் குள்ளமாக இருப்பார். தலையெல்லாம் அழகாகச் சீவியிருப்பார். ரொம்பவும் சிவப்பாக இருப்பார். மிகவும் மென்மையாகப் பேசுவார். நன்றாக டிரஸ் செய்து கொண்டுதான் வெளியில் வருவார்.

பல முகங்கள் எனக்கு விருப்பமில்லாத முகங்கள்தான். எனக்கு ஆண்களுடைய முகமானாலும் சரி, பெண்களுடைய முகமானாலும் சரி, அதுபற்றிய என்னுடைய அபிப்ராயம் பொது அபிப்பிராயத்தோடு ஒத்துப்போவதில்லை. எங்கள் வீட்டுக்குப் பெண்கள் வருவார்கள், அவர்கள் குண்டாக இருந்தால் 'அழகாக இருக்கா' என்று சொல்லுவாள் அம்மா. அவளுக்கு ஆரோக்கியம் இல்லையல்லவா, அதனால் ஆரோக்கியமாக இருந்தால் 'ரொம்ப அழகான பொண்ணு' என்று சொல்லுவாள். எங்கள் அப்பாவுக்கு, சிவப்பாக இருந்தால் போதும், 'ரொம்ப அழகான பொண்ணு' என்று சொல்வார். எனக்கு இதெல்லாம் ஒத்தே வரவில்லை. ஒரு நண்பருடன் இன்னொரு நண்பரை ஒப்பிட்டு, இவர் நல்ல அழகாக இருக்கிறார் என்று சொன்னால் சிரிப்பார்கள் எங்கள் வீட்டில் உள்ளவர்கள். மிகவும் வேடிக்கையான விஷயம்தான். ஆனால் உண்மை.

ஜானகிராமன் மிகவும் அழகாக இருந்தார். ஆனால் பர்ஸனலாக எனக்குப் பிடித்த அழகாக இல்லை அவர். தஞ்சாவூரில் கட்டியிருப்பார்களே வேஷ்டி – குண்டஞ்சு வேஷ்டி – அதைத்தான் கட்டியிருந்தார். ஜிப்பா போட்டிருந்தார். மிகவும் அன்பாக எங்களுடன் பேசிக்கொண்டிருந்தார். அவர் பேசினாலும் சரி, அவர் நம் உடம்பைத் தொட்டாலும் சரி, நம்மிடம் ஏதாவது விஷயம் சொன்னாலும் சரி, என்ன செய்தாலும் அழகான பெண் செய்வது மாதிரி நமக்குத் தோன்றும். கையைப் பிடித்தால்கூட அப்படித்தான் தோன்றும். அந்த அம்சம் அவரிடம் மிகவும் அதிகம். அப்போது அவர், 'நீங்க வீட்டுக்கு வரணும்' என்று சொன்னார். அதை ஒரு சம்பிரதாயமான அழைப்பாக நாங்கள் நினைத்து, 'நாங்க வரோம்' என்று சொன்னோம். 'நீங்க அட்ரஸே கேக்கலையே' என்றார் அவர். அப்போது நான், 'க.நா.சு., செல்லப்பாவுக்கு எல்லாம் உங்கள் அட்ரஸ் தெரியுமே' என்றேன். 'அதெல்லாம் ஒண்ணுமே கேட்க வேண்டாம், நானே எழுதித் தாரேன்' என்று சொல்லி, ஒரு படம் போட்டுவிட்டார். அப்போதுதான் முதன்முதலாக, ஒரு அட்ரஸ் எழுதிவிட்டு, அந்த அட்ரஸ் வரக்கூடிய படத்தைப் போடலாம் என்பது எனக்குத் தோன்றியது. அப்புறம் நானும் எவ்வளவோ படம் போட்டிருக் கிறேன். நண்பர்களுக்கும் போட்டுக் கொடுத்திருக்கிறேன்.

'மயிலாப்பூர்ல, திருவள்ளுவர் சிலை எங்கிருக்கின்னு கேட்டுண்டே வந்திருங்கோ. திருவள்ளுவர் சிலைக்கு வந்த

பிறகு எங்க வீட்டுக்கு எப்படி வரணும் என்பதைப் படம் போட்டுத் தரேன்’னு சொல்லி, படம் போட்டுத் தந்துவிட்டார். ராசியப்பன் தெரு, அதில் எத்தனாம் நம்பர் வீடு என்பதெல்லாம் சொல்லிவிட்டு, ‘ராயப்பேட்டையில்தான் மாநாடு நடக்கிறது, அங்கிருந்து நடந்தே வந்துவிடலாம். ஒன்றுமே கஷ்டமில்லை’ என்று அவர் உறுதிப்படுத்தினார். ‘எப்ப வரேள், இன்னைக்கு சாயங்காலம் வரேளா? ராத்திரி நம்ம வீட்டிலேயே டிபன் பண்ணலாம்’ என்றெல்லாம் எங்களை மிகவும் அன்போடு கூப்பிட்டார். ‘இன்னைக்கு ராத்திரி கலாக்ஷேத்ராவில் ஒரு டான்ஸ் இருக்கு’ என்றோம். ‘டான்ஸ் எத்தனை மணிக்கு?’ என்று கேட்டார். பத்து மணி, பத்தரை மணிக்கு என்றுதான் போட்டிருக்கிறது என்றோம். ‘அப்படியானால் நீங்க அதுக்குள்ள வந்திடலாம். இன்னிக்கு வந்து கொஞ்சநேரம் உட்காந்துட்டுப் போங்கோ. அப்புறம் கான்பரன்ஸ் முடிஞ்ச பிறகு சாவகாசமாகப் பார்க்கலாம்’ என்று சொன்னார்.

நம்பிக்கு நாட்டியம் என்றால் மிகவும் பிடிக்கும். எனக்கும் பிடிக்கும். நிறைய இளைஞர்களுக்கு நாட்டியம் பிடிக்கிறதுக்குக் காரணமே அந்தப் பெண்களுடைய தோற்றம்தான் என்று எனக்குத்தோன்றியது. அப்படிப் பார்க்கிறது நாட்டியத்தை அனுபவிக்கிறது ஆகாது. அதையும் தாண்டிப்போய்தான் நாட்டியத்தைப் பார்க்க வேண்டும். அதற்கான பக்குவம் நமக்கு வரவில்லை என்று சொல்லிக்கொண்டிருந்தேன். அதைப் பார்க்கிறதுக்கு அழகாகத்தானே இருக்கிறது என்று நம்பி சொல்லுவான். அப்போது அங்கே ஒவ்வொரு நிகழ்ச்சியையும் நான், நம்பி, ஜெயகாந்தன் மூன்று பேரும் சேர்ந்துதான் பார்த்தோம். ஏதாவது காட்சி வந்தால் நம்பியோ, ஜெயகாந்தனோ, இந்த குரூப்பில் யார் அழகாக இருக்கிறார்கள் என்று கேட்பார்கள். அப்படியே நாட்டியத்தை ஒரு ‘குவிஸ்’ மாதிரி ஆக்கி, அதை எவ்வளவு தூரம் எங்களுடைய பார்வையில் சீரழிக்க முடியுமோ, அந்த அளவுக்குச் சீரழித்தோம்.

‘நீங்க அதெல்லாம் பாத்துவிட்டு வர நேரம் இருக்கு’ என்றார் ஜானகிராமன். அவர் மிகவும் ஆத்மார்த்தமாக அழைக்கிறார் என்று நாங்கள் தீர்மானித்துவிட்டோம். சரி என்று சொல்லிவிட்டு, அன்றைக்குப் போகவில்லை நாங்கள். மாநாட்டில் ஒவ்வொரு எழுத்தாளராகச் சந்தித்துக்கொண்டிருந்தோம். மாநாடு முடிந்தது. மாநாட்டில் ஜானகிராமனைச்

சந்தித்துப் பேசியாயிற்று. அவரைப் பற்றி எங்களுக்கு நல்ல அபிப்பிராயம் உருவாகியாயிற்று. அப்புறம் அவர் வீட்டுக்குப் போகிறதுக்கான வழியும் எங்களுக்குத் தெரியும். மாநாடு முடிந்த பிறகு உடனே நாங்கள் அங்கே போனோம். எங்கள் கையில் அவர் வரைந்து தந்த 'மேப்' இருந்தது. நேராக அவர் வீட்டுக்குப் போனோம். நாங்கள் போன நேரத்தில் – முதலில் திண்ணை, திண்ணைக்கு அப்புறம் ஒரு கூடம், அந்தக் கூடத்தில் – இடது புற மூலையில் உட்கார்ந்துகொண்டிருந்தார் ஜானகிராமன். நாங்கள் போனவுடனேயே எழுந்திருந்து, 'நமஸ்காரம் வாங்கோ ... வாங்கோ ... எதிர்பார்த்துக்கிட்டே இருக்கேன்' என்றார்.

ஜானகிராமன் மிகவும் அன்பாகப் பேசுவார். மனசுக்குள் நமக்குக் குளிர்ச்சி ஏற்படும். ஆனால் சொல்வதை எல்லாம் ஆத்மார்த்தமாகச் சொல்லுவார். சந்தனத்தை மனசுக்குள் பூசுகிறது மாதிரி கையால் மனசுக்குள் சந்தனத்தைப் பூசக் கூடிய தன்மை அவரிடம் இருந்தது. கடைசி வரை அவரிடம் இருந்தது. இந்தக் குறிப்பிட்ட தன்மை நான் பார்த்த எந்த எழுத்தாளரிடமும் கிடையாது. சிரிக்கிறது எல்லாம் சிரிக்க மாட்டார். புன்னகைதான். ஆனால், அந்தப் புன்னகை ரொம்ப அழகாக இருக்கும். மிகவும் இடக்காகத்தான் பேசுவார். ஆனால், அவருக்கே அந்த இடக்கு தெரியாது. என்னவோ தனியாக இடக்கு வருகிறது மாதிரியான பாவனையில் பேசுவார்.

நாங்கள் போன உடனேயே மிகவும் சிறிய இரண்டு நாற்காலிகளை எடுத்துப் போட்டார். 'சார், நீங்க கீழே உட்காந்துட்டு இருக்கீங்களே ... நாங்களும் கீழே உட்காரு கிறோம்' என்று நம்பி சொன்னான். 'அதெல்லாம் எனக்கு ஒண்ணும் இல்ல. நீங்கபாட்டுக்கு நாற்காலியில உட்காருங்கோ. எனக்குக் கீழே உட்காருவதுதான் பிடிக்கும். இப்ப கீழே அதோ பார்த்தேளா பலகை, அந்தப் பலகையை மடியில வெச்சுதான் நான் எழுதுவேன். அப்படித்தான் எனக்குப் பழக்கம்' என்றார். எங்களுக்கு அந்த மாதிரியான பழக்கமே கிடையாது. நாற்காலி இருந்தால்தான் எழுத முடியும். இப்படி ஒவ்வொரு ஆட்களுக்கும் ஒவ்வொரு பழக்கம் என்று சொன்னேன். அப்போது நம்பிக்கு நன்றாக வேர்த்தது. அவன் கர்ச்சிப்பால் நெற்றியெல்லாம் ஒற்றிக்கொண்டான். 'வேர்க்கிறது போலிருக்கே, இந்த பேன் ஓடலையே' என்று சொல்லிக்

கொண்டே உள்ளே போய் ஒரு வாக்கிங் ஸ்டிக்கை எடுத்துக் கொண்டு வந்தார். வயதான தாத்தாக்கள் உபயோகிக்கிற வாக்கிங் ஸ்டிக். அந்த வாக்கிங் ஸ்டிக்கைக் கையில் பிடித்துக் கொண்டு அந்த பேனை லேசாகச் சுற்றி விட்டார். உடனே அது ஓட ஆரம்பித்துவிட்டது. அப்புறம் அந்த வாக்கிங் ஸ்டிக்கைக் கொண்டுபோய் வைத்துவிட்டார். அப்போது நம்பி கேட்டான், 'தினம் இதைப் போடும்போது இப்படிச் செய்ய வேண்டி இருக்குமோ?' என்று. 'ஆமாம், தினமும் இப்படிச் செய்யணும். சுவிட்சைப் போட்டுட்டு கொஞ்ச நேரம் வெயிட் பண்ணணும். அது ஒரு நாளும் தானாகச் சுற்றாது. நான் இப்படிச் செய்த பிறகுதான் சுற்றும்' என்று சொன்னார்.

அப்புறம் நானும் அவரும் பேசிக்கொண்டிருந்தோம். எனக்கும் சரி, நம்பிக்கும் சரி மனசில் இருந்த பாராட்டுணர்வில், சொல்வதற்குக் கொஞ்சம் கூச்சமாகத்தான் இருந்தது. நம்பி தான் ஆரம்பித்தான். ஆரம்பகாலத்தில் அவரைப் படித்ததில் இருந்து, என்னென்ன கதைகள் எல்லாம் அவன் மனசுக்குப் பிடித்தது என்பதையெல்லாம் விஸ்தாரமாகப் பேச ஆரம்பித்தான்.

'வெறும் பூசணி' என்றொரு கதை. ஒரு வயதான பாட்டி அவங்க பிள்ளைகளை அங்கே இங்கே போட்டு அலைக்கழிப் பாங்க. அந்தக் கதை என் மனசை மிகவும் தொட்டது. 'சிலிர்ப்பு' எனக்கு மிகவும் பிடித்த கதை. அது நம்பிக்கும் ரொம்பப் பிடித்த கதை. ஜானகிராமன் அதையெல்லாம் கேட்டுக் கொண்டே இருந்தார். அதைக் கேட்டபோது அவருக்கு மனநிறைவு ஏற்பட்டதே தவிர சந்தோஷமோ, புளகாங்கிதமோ ஏற்படவே இல்லை. அப்போது நடுவில் புகுந்து, அந்தக் கதை ஏன் பிடிக்கணும், இந்தக் கதை ஏன் பிடிக்கவில்லை என்றெல்லாம் கேட்கவே இல்லை அவர். நாங்கள் சொல்வதைக் கேட்டுக்கொண்டே இருந்தார். அப்புறம் அவர், 'நீங்க என் னென்னவெல்லாம் எழுதியிருக்கிறீர்கள்? நான் ஒண்ணும் அதிகமாகப் படிச்சதே இல்லை' என்றார். 'உங்க கதை சரஸ்வதியில வருது இல்லையா, அதெல்லாம் எங்க குழந்தை களுக்கு மனப்பாடம். உண்மையாகவே அந்தக் குழந்தைகளுக்குப் பிடிச்சது 'பிரசாதம்' என்கிற கதைதான்' என்றார். மேலும் அவர் சொன்னார்: 'அழகிரிசாமிகிட்ட அடிக்கடி சொல்வேன், நீங்க ரொம்ப நல்லா எழுதுறேங்கன்னு. அழகிரிசாமி உங்களுக்கு ரொம்ப நெருக்கமான நண்பர் இல்லையா'

என்றார். ‘எனக்கும் அவருக்கும் கரஸ்பாண்டன்ஸே இருக்கு. நீங்க அப்பப்ப சொன்ன விஷயங்களை நான் ராமசாமிக்கு எழுதியிருக்கேன். ‘கோட்’ போட்டு நீங்க சொன்ன வார்த்தையை அப்படியே எழுதியிருக்கேன்’னு அழகிரிசாமி சொன்னாராம். ரொம்ப நல்லா எழுதுறீங்க. நான் ரொம்ப மிகைப்படுத்திச் சொல்றேன்னு நினைக்காதீங்கோ. என் குழந்தைகளுக்கு என்னைவிட நீங்கதான் நல்லா எழுதுறீங்கன்னு அபிப்ராயம்’ என்றார். இந்த வாக்கியத்தை அவர் வாழ்க்கையில் வெவ்வேறு காலங்களில், சொல்லக்கூடிய வெவ்வேறு சந்தர்ப்பங்களில் இண்டு, மூன்று தடவை சொல்லியிருக்கிறார்.

அப்புறம் எங்கள் இரண்டு பேரையும் மிகவும் உற்சாகப் படுத்தினார்— நல்லா எழுதணும், நிறைய வாசிக்கணும் என்று. ‘க.நா.சு. எல்லாம் ஏகப்பட்ட புத்தகங்கள் பெயரைச் சொல்கிறார். அதெல்லாம் படிக்கிறது எனக்குச் சாத்திய மான்னு தெரியவில்லை. அவர் சொல்லுகிற புத்தகங்கள் எல்லாம் பார்த்தால் ஒரு மனிதன் வாழ்நாள் முழுக்கப் புத்தகம் படிக்கிற பழக்கம் வெச்சிருந்தால்கூட அவ்வளவு புத்தகங்கள் படிக்கிறதுக்கு வாய்ப்பில்லை. அப்படிப் படிக்கணும் என்கிற அவசியமும் இல்லை. முக்கியமான புத்தகங்களை நல்லாப் படித்தால் போதும்’ என்று அவர் சொன்னார். சொல்லிவிட்டு, ‘தொடர்ந்து எழுதணும்கிற ஆசை இருக்குது இல்லையா? அது மனசில இருந்துதான் பல விஷயங்களை உருவாக்குது’ என்றார்.

‘உங்களுக்குக் கதை எப்படித் தோணுது? எப்படி அதை ‘டெவலப்’ பண்றது?’ என்று கேட்ட உடனேயே, ‘அப்படி யெல்லாம் நான் ஒண்ணும் பண்ணமாட்டேன். எனக்கு மனசுக்குள்ளே விதை மாதிரி ஒண்ணு விழுந்து விடும். அதுபாட்டுக்கு மனசுக்குள் கிடக்கும். அந்த விதையை நான் வைத்துக்கொண்டே இருப்பேன். அதுக்கு மேலே அதை வளப்படுத்துவது, தண்ணி ஊற்றுவது எல்லாம் செய்கிறேனா என்று எனக்குத் தெரியவே தெரியாது. திடீரென்று எனக்குச் சாதகமா அந்தக் கதை எழுதணும்னு தோணும். அதே சமயத்தில் எழுதக்கூடிய பிராசஸில் எனக்கு நிறைய விஷயங்கள் வரும். எழுதிவிடுவேன்’ என்றார்.

அவருக்கு எதையுமே மிகவும் இலகுவாக எழுதக்கூடிய திறமை இருந்தது. உடனே உட்கார்ந்துகூட அவரால் எழுத

முடிந்தது. ஒரே 'டிராப்டி'ல் அந்தக் கதை உருவாகிவிடுகிறது. திரும்பப் படித்துப் பார்த்தால் சின்னச்சில திருத்தங்கள் மட்டும்தான் இருக்கும். திரும்பத் திரும்ப எழுதுவது, நகல் எடுக்கிறது இதிலெல்லாம் எனக்கும் நம்பிக்கும் அடிக்கடி நடக்கும். அதெல்லாம் அவருக்கு இல்லை.

அப்புறம் அவர் சொன்னார்: 'சில குறிப்பிட்ட பத்திரிகைக்கு எல்லாம் நான் சந்தோஷமாக எழுதறேன். *அமுதசுரபியில்* என்னுடைய கதையை ரொம்ப நல்ல தொடராக வெச்சிருக்காங்க. அதை ஆசிரியர் ரொம்ப நல்லா தக்க வெச்சிருக்கார். நான் எழுதிக் கொடுக்கிறது எல்லாத்தையும் எதையுமே எடிட் பண்ணாமல் போடுகிறார். அப்புறம் என்னைப் பாராட்டி வாசகர்களோட கடிதம் வந்தது என்றால் அந்தக் கடிதங்கள் எல்லாத்தையும் என் கிட்டே வந்து காட்டி, வாசகர்கள் இந்த மாதிரி எழுதியிருக் காங்க அப்படின்னு சொல்லுவார். *கலைமகளிலும்* பரவா யில்லை. அங்கேயும் நான் எழுதுகிறேன். மற்ற பத்திரிகைகளில் எழுதுவது எல்லாம் ரொம்ப சந்தோஷமாக எழுதுகிற விஷயம் இல்லை. *சுதேசமித்திரனிலும்* சீனிவாசனால எனக்கு சுதந்திரம் ஜாஸ்தி. அவன் வாரா வாரம் ஏதாவது ஒன்று எழுதிக் கொடுங்கோன்னு சொல்லுவான். 'மோகமுள்' எழுதி முடிச்ச பிறகு, என்னால் அதிகமாக ஒண்ணும் எழுத முடியல்லை. நீங்க கட்டுரையோ, புத்தக விமர்சனமோ எதை வேணும்னாலும் எழுதிக் கொடுங்கோ, நான் போடுறேன் என்பான். எனக்கு அதில் எல்லாம் ரொம்ப ஈடுபாடு கிடையாது. நான் சிறுகதை எழுதலாம். அதுதான் எனக்கு வாய்ப்பாக் கிடைச்ச உருவம். நாவலும் எழுதலாம் என்று ஆசை இருக்கு. ஆனால், மற்ற விஷயங்கள், மதிப்புரை எழுதறது இதெல்லாம் எனக்கு ஓடாது' என்று சொன்னார்.

'உங்களுக்கு எந்த மாதிரி எழுத்தாளர் பிடிக்கும்?' என்று கேட்டோம். அவர் என்னிடம் சொன்ன 'லிஸ்ட்' மிகவும் ஏமாற்றமாக இருந்தது. எங்களுக்குத் தெரிந்த க.நா.சு., அழகிரிசாமி என்ற பட்டியலுக்கே அவர் வரவில்லை. அவர் எம்.வி.வி.யை ரொம்பப் பிடிக்கும் என்றார். எம்.வி. வெங்கட்ராமைப் பற்றி எங்களுக்குத் தெரியும். எம்.வி. வெங்கட் ராம் 'தேனீ' என்கிற பத்திரிகையை நடத்தினார். அது 1948–49 ஆகக்கூட இருக்கலாம். அது ரொம்பப் பெரிய பத்திரிகை. சுமார் நூற்றைம்பது பக்கம் இருக்கும். ஆனால் விலை ஐம்பது

பைசாதான். அது என்னை மிகவும் வசீகரித்தது. நல்ல தரமான எழுத்துக்களைப் போடுவார். ஆனால் விலை மாதத்துக்கு ஐம்பதே பைசாதான். காகிதம் மட்டும் சுமாராக இருக்கும். அதைத் தவறாமல் நான் வாங்கிப் படித்தேன். அதில் க.நா.சு. வின் தொடர்கதை – 'முத்துமாலை' என்று ஞாபகம் – வந்தது. ஐந்து, ஆறு அத்தியாயங்களுக்குப் பிறகு அது வரவே இல்லை. மற்றபடி எம்.வி.வி.யின் கதை எல்லா இதழிலும் ஒன்று இருக்கும். ஜானகிராமன் சொன்ன உடனேயே அந்த விஷயங்கள் எல்லாம் ஞாபகத்துக்கு வந்தன.

நம்பிக்கு எம்.வி.வி.யின் எழுத்துக்களில் அதிக ஈடுபாடும் இல்லை. அதிகமாக அவன் படித்ததும் இல்லை. அவ்வளவு முக்கியமான எழுத்தாளரா எம்.வி.வி. என்று நம்பி கேட்டான். 'ரொம்ப முக்கியமான எழுத்தாளர். அவருக்கு பிரசாரமோ ஒன்றுமே கிடையாது. அதை எதிர்பார்க்கக் கூடிய ஆளும் இல்லை. இப்போது மாடியில்தான் இருக்கிறார். இரண்டு மாதமாக இங்கேதான் இருக்கிறார். நீங்கள் வேண்டுமானால் அவரைப் பார்க்கலாம்' என்று சொல்லிவிட்டு ஜானகிராமன் உள்ளுக்குள் எங்களுக்கு காபி வாங்கப் போனபோது, நமக்கு எம்.வி.வி.ஐப் பார்க்கணுமா என்று நம்பியிடம் கேட்டேன். நான் கேட்ட தோரணையிலேயே, 'எனக்கு இப்ப அவரைப் பார்க்க விருப்பம் இல்லை' என்கிற மாதிரியான தொனி இருந்தது. 'எனக்கும் இன்றைக்குப் பார்க்கணும்னு இல்ல. இன்னொரு நாள் பார்த்துக்கலாம்' என்று நம்பி சொன்னான்.

அப்புறம் ஜானகிராமன் வந்தார். நாங்கள் காபி சாப்பிட்டோம். நீங்கள் இங்கே இருங்கள், இரவில் டிபன் சாப்பிட்டுவிட்டுப் போகலாம் என்று சொன்னார். எனக்குச் சின்ன சந்தேகம் வந்தது, இப்போதுதான் இவருடன் தொடர்பு ஏற்பட்டிருக்கிறது, அதற்குள் இரவு டிபன் சாப்பிட இருக்க வேண்டுமா என்று. 'அதெல்லாம் ஒண்ணும் யோசிக்க வேண்டாம். இருந்து சாப்பிட்டுவிட்டுப் போகலாம். இல்ல, கொஞ்சம் முன்னாடியே சாப்பிட்டுவிட்டுப் போய் அங்கே உள்ள நிகழ்ச்சியைப் பார்க்கணும் என்றால்கூட அதெல்லாம் பண்ணலாம். ஒண்ணும் சிரமம் இல்லை. இங்கே குழந்தைங்க எல்லாம் இருக்காங்க' என்று சொல்லி எங்களை வற்புறுத்தினார். சரியென்று நாங்கள் உட்கார்ந்திருந்தோம்.

அப்போது ஜானகிராமன் ஒரு விஷயம் சொன்னார். அவருக்கு இலக்கியத்தைப் பற்றிப் பேசுவதில் கொஞ்சம்கூட

ஆர்வமே கிடையாது. எத்தனையோ சந்தர்ப்பங்களில் சந்தித் திருக்கிறேன், பேசியிருக்கிறேன், அவர் இலக்கியத்துக்கு உள்ளே வரவே மாட்டார். மிகவும் வற்புறுத்தி, 'அவரோட நாவலை நீங்க படிச்சீங்களா?' என்று 'பின்பாயிண்டட்' ஆகக் கேட்டால், 'நான் படிக்கல்லை, இல்ல படிச்சேன்' என்று மட்டும் சொல்லுவார். மற்றபடி, இலக்கியப் பேச்சில் அவருக்கு தாத்பரியமே இல்லை. அவர் வேறு நிறைய விஷயங்கள் சொல்லுவார். தஞ்சாவூர் – கும்பகோணத்தில் ஆட்களோட வாழ்க்கை, அவர்களுடைய குடும்பத்தைப் பற்றி, அப்பா பற்றி, அம்மா பற்றி, சங்கீதம் பற்றிச் சொல்லுவார். என்னை விட நம்பிக்கு மியூசிக் மேலே ஆசை. ஏற்கனவே அவரது கவிதைகள் மூலம் அவர் இசையில் மிகவும் ஆர்வம் உள்ளவர் என்று அறிந்ததாக நம்பி சொல்லியிருக்கிறான்.

அப்புறம், 'நீங்க இருந்தீங்கன்னா ரெண்டு மூணு கச்சேரி பாத்துட்டு – வெவ்வேறு இடங்களில் வெவ்வேறு தேதிகளில், வேறு வேறு கச்சேரி நடக்குது – போகலாம்' என்றார். அவர் ஆல் இந்தியா ரேடியோவில் இருப்பதால் எல்லாக் கச்சேரிக்கும் அவருக்கு வசதியாகப் போகலாம். 'நாம போய்க் கேட்கலாம். நீங்க வாங்க' என்று அவர் சொன்னார். இப்படி எந்த விஷயத்தை எங்களிடம் சொன்னாலும் சரி, அது எங்கள்மீது ஆதரவான பேச்சாகத்தான் இருந்தது. ஆல் இந்தியா ரேடியோவைப் பார்த்திருக்கிறீர்களா என்று கேட்டார். நாங்கள் இருவரும், பார்த்ததில்லை என்றோம். 'அப்ப வாங்களேன். கடற்கரையில் தான் அது இருக்கு. அங்க வந்து கேட்டா யாருக்கும் தெரியும் அந்த பில்டிங். உள்ள வாங்க. அப்புறம், உங்களுக்கு ஆட்சே பணை இல்லையென்றால் ஏதாவது புரோக்ராம் போடலாம். நீங்க ரெண்டு பேரும் பேசிக்கிறது மாதிரியோ அல்லது நீங்க ஒரு எழுத்தாளரைப் பற்றிப் பேசுகிறது மாதிரியோ அல்லது வேறொரு விஷயத்தைப் பற்றிப் பேசுகிறது மாதிரியோ எவ்வளவோ நிகழ்ச்சிகள் இருக்கு. கிராம நிகழ்ச்சி அது இதுன்னு எவ்வளவோ இருக்கு. அப்புறம் அங்க வர்றதுக்கு ரொம்பக் கெட்டிக்காரத்தனம் எல்லாம் தேவையில்லை. ரொம்ப சாதாரணமான ஆட்களும் பேசிக்கிட்டுதான் இருக்காங்க. முன்னாடியே சொன்னா அதுக்கு ஏற்பாடு பண்ணிடுவேன் நான். எனக்கு நீங்க பேசணும்னு ஆசை இருக்கு. நான் உங்களை வற்புறுத்தவில்லை' என்றெல்லாம் சொல்லி, எல்லாவற்றுக்கும் எங்களுக்கு ஓர் ஆதரவான வகையில் பேசிக்கொண்டிருந்தார்.

அப்புறம், 'நான் பெரிய ஹோட்டலுக்கு எல்லாம் போக மாட்டேன். பக்கத்துல மைலாப்பூர்ல ராவ் என்கிறவருடைய கடை இருக்கு. அதுல தோசை, மசால் தோசை, ரவா தோசை இந்த மூணும் ரொம்ப நல்லா இருக்கும். வேணும்னா ஒரு நாள் போலாம்' என்றார். நம்பிக்கு ரவா தோசை மிகவும் பிடிக்கும். அவனுக்கு உடனே போகணும் என்கிற எண்ணம் வந்துவிட்டது. அவருடைய பேச்சு ஒவ்வொன்றும் மனசுக்கு மிகவும் இதமாக இருக்கும். அப்படித்தான் அவர் பேசுவார். இரவில் அங்கே தோசை சாப்பிட்டோம். சாப்பிட்டுவிட்டு நாங்கள் கிளம்பி வந்துவிட்டோம்.

அன்றைக்கு ஜானகிராமன் மூன்று எழுத்தாளர் களுடைய பெயர்களைச் சொன்னார். எம்.வி.வி., கிருத்திகா அப்புறம், அவர் பெயர் மறந்துவிட்டது. பிறகு சொல்கிறேன். அவருடைய புத்தகம் வெளிவந்திருக்கிறது. தலைப்பு மறந்து விட்டது. ரேஷனலிஸம், பெட்ரன்ட்ரஸல் சிந்தனைகளை அந்தக் கதையில் சொல்லியிருப்பார். அதை நான் படித்திருக் கிறேன். ஜானகிராமனுக்கு ஒரு கறாரான அளவுகோல் இருப்பது மாதிரி தெரியவில்லை என்று அப்போது தோன்றியது. தனிப் பட்ட விஷயங்கள் அவருக்கு முக்கியமாக இருக்கலாம் என்ற சந்தேகம் வந்தது.

அந்தச் சந்தர்ப்பத்தில், கிருத்திகாவை நன்றாகத் தெரியும் என்றார். எம்.வி.வி. யைச் சிறுவயதிலே அவருக்குத் தெரியும் ல.ச.ரா., மௌனியைப் பற்றி, வெவ்வேறு வார்த்தைகளில் முக்கியமில்லை என்றார். புதுமைப்பித்தன் மீதும் அவருக்கு அதிக ஈடுபாடு இல்லை. அவருக்கு அந்த மாதிரி எழுத்தில் கொஞ்சமும் ஈடுபாடு கிடையாது. பிச்சமூர்த்தியினுடைய கதைகள் பிடிக்கும் என்றார். தனக்கு யாரைப் பிடிக்கவில்லையோ அவர்களைப் பற்றிச் சொல்கிற பழக்கம் அவரிடம் கிடையாது. ஆனால், எனக்கு இரண்டு விஷயம் தெரிந்தது. ஒன்று, பர்ஸனலான விஷயத்துக்கு மிகவும் முக்கியத்துவம் கொடுப்பார் போலிருக்கிறது என்று நினைத்தேன். இன்னொன்று, பெண் களை – அசட்டுத்தனமாக எழுதுகிற பெண்கள் இல்லை, புத்திசாலித்தனமாக எழுதுகிற பெண்களை – கொஞ்சம் தூக்கிப் பேசுவார். அதுமாதிரி ஒரு மனோபாவம் அவர் மனதில் இருந்தது.

அவருக்கு நிறைய நண்பர்கள் இருந்தார்கள். அவர்களில் பலரை நானும் சந்தித்திருக்கிறேன். அவர்தான் அவர்களை

எனக்கு அறிமுகம் செய்து வைத்தார். அதையெல்லாம் பின்னால் சொல்கிறேன்.

கடைசிவரைக்கும் என் மீதும் நம்பி மீதும் அவர் மிகவும் அக்கறையாகத்தான் இருந்தார். நம்பி இறந்து போனதும் அவருக்குத் தெரியும். பின்னால் நான் ஒரு தடவை அவரைப் பார்த்தபோது, ‘இப்படி நம்பி இறந்து போயிட்டானே’ என்று சொல்லி மிகவும் வருத்தப்பட்டார்.

நம்பி அவருக்குக் கடிதம் எழுதும்போதெல்லாம் அதற்கு நாலைந்து நாளைக்குள்ளாகப் பதில் வந்துவிடும். நானும் அவருக்குச் சில கடிதங்கள் எழுதியிருக்கிறேன். என்னுடைய இந்தக் கதையைக் குழந்தைகள் படித்தார்கள் என்று எழுதிய பின், குழந்தைகள் பெயர் எல்லாம் எழுதுவார். மூத்த பெண் உமா, அதற்கு மூத்தவன், ஒரு சமஸ்கிருதப் பேரு, அவனுக்கு இந்தக் கதை ரொம்பப் பிடித்தது என்று பதில் எழுதுவார். அழகிரிசாமிக்கு எழுதும் கடிதங்களிலும் என்னைப் பற்றியும் நம்பியைப் பற்றியும் விசாரிப்பார். ‘கடுதாசி வந்துதா, எப்படி இருக்காங்க, அப்புறம் ஏதாவது எழுதினாங்களா?’ என்றெல்லாம் கேட்பாராம். ‘நான் போயிருக்கும்போது ஒரு தடவையாவது உங்கள் இரண்டு பேரையும் விசாரிக்காமல் இருக்கவேமாட்டார்’ என்று அழகிரிசாமி சொல்வார். இப்படியே நாட்கள் போய்க்கொண்டிருந்தன.

அவருடைய ‘அம்மா வந்தாள்’ நாவல் வந்தபோதுதான் என்னுடைய ‘ஒரு புளிய மரத்தின் கதை’யும் புத்தகமாக வந்தது. மதுரைக்குப் பக்கத்தில் வத்திராயிருப்பில் என்னுடைய நண்பர் ஒருவர் இருந்தார். அந்த ஊர் நூலகத்தில் அவர் நூலகராக இருந்தார். அவர் பெயர் இப்ராஹிம். அவர் பிறப்பால் இஸ்லாமியராக இருந்தாலும்கூட நம்பிக்கையில் ஹிந்து ஆகிவிட்டார். பெரிய பக்திமான் ஆகிவிட்டார். ஞானரதம் பத்திரிகையின் ஆசிரியர். மதுரையில் அவர் ஒரு கூட்டம் போட்டார். அந்தக் கூட்டத்துக்கு நான் போயிருந்தேன். அந்தக் கூட்டத்தில் நான் புதுமைப்பித்தனைப் பற்றி எழுதிய முதல் கட்டுரையை அவரிடம் கொடுத்தேன். பிறகு அவரிடமிருந்து அதை நான் வாங்கவே இல்லை. அப்படியே அவரிடமே கொடுத்துவிட்டு வந்துவிட்டேன். அதன்பின் அந்தக் கட்டுரையைப் பற்றி மறந்தே போய்விட்டேன். பல வருஷங்கள்

அந்தக் கட்டுரை அவரிடமே இருந்திருக்கிறது. ஆனால், எனக்கு அந்த விஷயம் தெரியவே இல்லை. கடைசியில் எப்படியோ அது ஞானக்கூத்தன் கைக்குப் போய்விட்டது. இப்ராஹிம் அவருடைய ஞானரதம் இதழை, ஒவ்வொரு எழுத்தாளர் ஒரு இதழை எடிட் செய்வது மாதிரி செய்தார். ஜெயகாந்தன் ஒரு இதழை எடிட் செய்தார், ஞானக்கூத்தன் ஒரு இதழை எடிட் செய்தார். இப்படி ஒவ்வொரு எழுத்தாளரும் ஒரு இதழை எடிட் செய்தார்கள். இந்த மாதிரி நிறைய புதுமைகள் செய்வார் இப்ராஹிம். பாதியும் அசட்டுத்தனமாகத்தான் இருக்கும். ஆனால் கொஞ்சம் சரியாக அமையவும் செய்யும். பின்னாளில் அவர் ஜெயகாந்தனுடைய வலது கையாகவே மாறிப் பெரிய ஆளாகிவிட்டார். ஞானக்கூத்தன் எடிட் செய்த 'ஞானரதம்' இதழில் அந்தக் கட்டுரையைச் சேர்த்துவிட்டார். அப்போது நண்பர்களிடம் மிகவும் நன்றாக எழுதியிருக்கிறார் என்று சொன்னதாகக் கேள்வி.

நான் அந்தக் கூட்டத்துக்குப் போன உடனே அவர்கள் ஒரு கடிதம் படித்தார்கள். இப்ராஹிமுக்கு ஜானகிராமன் எழுதின கடிதம் அது. 'நீங்க நாலைந்து நாவல்கள் அனுப்பி யிருக்கீங்க. அதில் எந்த நாவல் நல்ல நாவல்னு சொல்லணும்னு ஆர்வம் தெரிவிச்சிருக்கீங்க. நீங்க (நான்) சொல்லக்கூடிய நாவலுக்கு விஷேசப் பரிசும், அந்த ஆசிரியருக்குக் கவுரவமும் அளிக்கணும் என்று சொல்லியிருக்கிறீர்கள். நான் எல்லா நாவலையும் படிச்சேன். இந்த நாவல்களுள் 'அம்மா வந்தாள்' நாவலும் இருக்கு. நான் என்னுடைய நாவலைத் தேர்ந்தெடுக்கக் கூடாது என்ற எண்ணத்தில் புத்தகங்களைப் படிக்கவில்லை. உண்மையான சிறந்த நாவல் என் நாவல் என்றாலும் சொல்லி விடுவேன். உண்மையிலேயே எனக்கு 'அம்மா வந்தாள்' நாவலைவிட 'ஒரு புளிய மரத்தின் கதை'தான் பிடித்தது. அதனால் நீங்க அந்தப் புத்தகத்தை முதல் புத்தகமாகத் தேர்ந்தெடுத்து, அந்த ஆசிரியருக்கு என்ன கௌரவம் செய்யணுமோ அதைச் செய்யுங்கள்' என்று ஜானகிராமன் எழுதியிருந்தார்.

அந்தக் கடிதத்தை இப்ராஹிம் படித்தார். மதுரையில் காந்தி நிலையம் என்கிற இடம் இருக்கிறதே அதற்குப் பக்கத்தில் உள்ள பள்ளியில்தான் பாரதி ஒரு குறிப்பிட்ட காலம் ஆசிரியராக வேலை பார்த்திருக்கிறார். அதில் அவர்

கடிதத்தைப் படித்த உடனே எனக்கும், ஓரளவுக்கு எழுத்தாளர்களாக இருக்கிறார்களே அந்த நண்பர்களுக்கும் மிகவும் ஆச்சரியமாக இருந்தது, ஜானகிராமன் இப்படி எழுதியிருந்தது. இப்படி அவர் ஒரு முடிவு எடுத்திருக்கிறாரே என்று ஆச்சரியப் பட்டார்கள்.

மதுரைக்கு நான் போன சந்தர்ப்பத்தில் நம்பி என் கூட வரவில்லை. நான் ஊருக்கு வந்து ஜானகிராமனுடைய கடிதத்தைப் பற்றிச் சொன்னேன். அது ஒரு அபூர்வமான காரியம்தான்; பல ஆட்களுக்கு அப்படிச் செய்வதற்கு மனதில் கூடத் தோன்றாது என்று நம்பி சொன்னான்.

அதன்பின் நான், ஆரம்ப காலத்தில் ஒருவிதமான கதைகளை எழுதிவிட்டு, ஐந்து, ஆறு வருஷம் எழுதாமல் இருந்துவிட்டு, பின்னர் வேறு விதமான கதைகளை எழுத ஆரம்பித்தேன். ஜானகிராமன் கூடுமானவரைக்கும் என்னுடைய கதைகளைப் பார்த்துகொண்டே வந்திருக்கிறார். ஓரளவுக்கு அவரும், க.நா.சு.வும்தான் என் கதைகளை விடாமல் பார்த்துக்கொண்டே வந்திருக்கிறார்கள். அவ்வப்போது நான் எழுதின கதைகளைச் செல்லப்பாவும் படித்திருக்கிறார். மௌனி கொஞ்சமாகப் படித்து, அப்புறம் படிக்கிறதை விட்டுவிட்டார். அழகிரிசாமி எல்லாக் கதைகளையும் படித்துவிட்டு எனக்கு எழுதியிருக்கிறார். நான் பின்னால் எழுதிய கதைகளைவிட முன்னால் எழுதின கதைகள் மேலேதான் அவருக்கு ஈடுபாடு அதிகமாக இருந்தது.

ஒரு தடவை நான் சென்னைக்குப் போயிருந்தேன். அடையாறில் ஆந்திர மகிள சபா இருக்கிறது. அதில் ஜானகிராமன் தங்கியிருப்பதாக யாரோ சொன்னார்கள். அன்றைக்கு இரவில் எட்டு மணி விமானத்தில் அவர் டில்லி போகிறார் என்றும் சொன்னார்கள். அந்த நேரத்தில் அவருக்கு வேலையில் பதவி உயர்வு கிடைத்தது என்றும் தெரிந்தது. அவரை எல்லா நாட்டுக்கும் அனுப்புவார்கள். டெல்லியில் இருந்தார் அப்போது. டெல்லியில் இருந்து சென்னை ஆல் இந்தியா ரேடியோவுக்கு ஏதோ அலுவல் காரணமாக வந்திருந்தார். அதனால் அவருக்கு பிளைட் டிக்கெட் கொடுத்திருந்தார்கள். எனக்கு ஆந்திர மகிள சபா எங்கே இருக்கிறது என்று தெரியாது. நான் இருக்கக்கூடிய இடம் மந்தைவெளி. அப்போது சொன்னார்கள்,

நேராக நடந்து போனால் அடையாறு ஜங்ஷன் வந்துவிடும், அடையாறு ஜங்ஷனில் வலது புறம் பார்த்தால் போர்டே போட்டிருக்கும் என்றார்கள்.

நான் அங்கே போனேன். ஜானகிராமன் இருந்தார். அவருடைய மனைவியும் அங்கு இருந்தார்கள். ஏற்கனவே ஜானகிராமனும் அவருடைய மனைவியும் இங்கே (நாகர் கோவிலுக்கு) வந்திருக்கிறார்கள். ஒரு தடவை அவர் குற்றாலத் துக்கு வந்தார். ஒரு சமயம் அவர் வேலை செய்து களைத்துப் போய்விட்டார். அப்போது டாக்டர் சொல்லியிருக்கிறார், உடம்பில் ரொம்ப களைப்பு இருக்கு, எங்கேயாவது ஒரு இடத்தில் போய் ஒரு வாரம் இருந்துவிட்டு வாருங்கள் என்று. அவருக்கு அருவியில் குளிப்பது மிகவும் பிடிக்கும். அதனால் குற்றாலம் வந்திருந்தார். குற்றாலத்தில் அருமையான அருவிகள் உண்டு. ரொம்ப அருமையான ஹோட்டல் அமைந்தது. அப்புறம் உணவும் ரொம்ப நன்றாக இருக்கிறது என்று சொல்லி, அவர் தனது மனைவிக்கு ஒரு தந்தி கொடுத்தார்: ‘குழந்தைகள் எல்லாத்தையும் கூட்டிக்கிட்டுக் குற்றாலத்துக்கு வா’ என்று. அந்த அம்மாவும் குழந்தைகளோடு வந்துவிட்டார்கள்.

அப்புறம் அங்கிருந்து எனக்குக் கடிதம் எழுதினார். ‘நான் இந்த மாதிரி வந்திருக்கிறேன். எனக்கு நாகர்கோவிலுக்கும், கன்னியாகுமரிக்கும் வரணும் என்கிற எண்ணம் இருக்கிறது. என்னுடைய பொறுப்பை நீங்கள் ரொம்ப எடுத்துக்கொள்ளக் கூடாது. நீங்க பாட்டுக்கு உங்கள் காரியங்களைப் பார்த்துக் கிட்டு இருக்கணும். எனக்குத் தங்குவது மாதிரியான வசதிகள் பண்ணிக் கொடுத்தாலே போதும். நீங்கள் வருகிறவர் போறவர் களுடைய பொறுப்பை ரொம்பவும் எடுத்துக்கொள்வீர்கள் என்று நண்பர்கள் சொல்லியிருக்கிறார்கள். அந்த மாதிரி பொறுப்பை வைத்துக்கொள்ள வேண்டாம்’ என்று எழுதி யிருந்தார். ‘சரி, நீங்க வாங்கோ’ என்று கடிதம் போட்டேன். குறிப்பிட்ட நேரத்தில் பஸ்ஸில் வருவதாகச் சொன்னார். அப்போது என்னிடம் கார் இருந்தது. அந்தக் காரைக் கொண்டு போயிருந்தேன். அவரை அந்தக் காரில் ஏறச் சொன்னேன். வீட்டுக்கு வருகிற வழியில் அவர், ‘வீட்டுக்குத்தானே கூட்டி கிட்டுப் போறேள்’ என்றார். ஆமாம், வீட்டுக்குத்தான் போகிறோம் என்றேன். ஹோட்டலில் அறை எடுத்துட்டீங்களா என்று கேட்டார். அதெல்லாம் ஒன்றும் எடுக்கவில்லை என்றேன்.

அப்போது அவருடைய அண்ணன் பெண்ணும் கூட வந்திருந்தாள். உமாவும் வந்திருந்தாள். உமா, அவர் அண்ணன் பெண், அவர், அவருடைய சம்சாரம் இவ்வளவு பேரும் இருக்கிறார்கள். 'எல்லாரும் வந்து தங்கினால் சிரமமாகத்தான் இருக்கும். வேணும்னா நாங்க வீட்டைப் பாத்துட்டு, அம்மா அப்பாவையெல்லாம் பாத்துட்டு, திரும்ப என்னை ஒரு ஹோட்டலுக்குக் கொண்டுபோய் விட்டிருங்கோ' என்றார். சரி, அதைப் பார்த்துச் செய்வோம் என்று நான் சொன்னேன்.

இவர்கள் எங்கள் அம்மாவை வந்து பார்த்த உடனேயே, எங்கள் அம்மா, 'இவங்க எங்கேயும் போய்த் தங்க வேண்டாம். இங்கேயே இருந்துக்கலாம்' என்று ரொம்பவும் வற்புறுத்திச் சொன்னார்கள். அவருக்கும் போக வேண்டாம் என்கிற எண்ணம் வந்துவிட்டது. இரண்டு, மூன்று நாள் இங்கே இருந்தார்கள். அப்போது ஒரு நாள் அவரிடம் சொன்னேன், 'அண்ணா! நாம கன்னியாகுமரிக்குப் போவோமா?' என்று. சரி, கன்னியாகுமரி போவோம் என்றார். ஒரு டாக்ஸி பிடித்து நாங்கள் எல்லாரும் கன்னியாகுமரிக்குப் போனோம்.

அந்தக் காலத்திலேயே அவர் போட்டோ எடுப்பார். அப்போதெல்லாம் எல்லாரும் கேமரா வைத்திருக்கமாட்டார் கள். ஆனால் அவர் கேமரா வைத்திருந்தார். அது மட்டும் அல்ல, அவருடைய மனைவிக்கும், உமா– சின்னப் பொண்ணு, பத்துப் பதினொரு வயது இருக்கும் – அவளுக்கும் போட்டோ எடுக்கச் சொல்லிக் கொடுத்திருந்தார். சில போட்டோக்களை அவர் மனைவி எடுத்தார். சில போட்டோக்களை உமா எடுத்தாள். கேரளா ஹவுஸ் என்று ஒரு அருமையான ஹோட்டல். கன்னியாகுமரியில் அந்த ஹோட்டலில்தான் அவர் தங்க ஏற்பாடு செய்திருந்தேன். 'இங்க வேணும்னா ஒரு நாளைக்கு நீங்க தங்கி இருங்கோ' என்று சொல்லிட்டு நான் வந்துவிட்டேன். மறுபடியும் சாயங்காலம் அந்த ஹோட்டலுக்குப் போனேன். 'ரொம்ப அருமையான ஹோட்டல். அதிகாலையில் எழுந்து வெளியில் போயிருந்தோம். பயணம் ரொம்ப அழகாக அமைந்து விட்டது' என்றெல்லாம் சொல்லிக்கொண்டே இருந்தார்.

அப்போது அவர் எடுத்த நிறைய புகைப்படங்கள் எனக்கு ஞாபகத்துக்கு வருகிறது. அந்தக் கடற்கரையில் நாங்கள் சுற்றியது எல்லாமே எனக்கு ஞாபகத்துக்கு வருகிறது. அதையெல்லாம் விட எனக்கு மனதில் ஆழமாகப் பதிந்த விஷயம்: ஜானகி

ராமன் எங்கேயோ குழந்தைகளைக் கூட்டிக்கொண்டு போன போது, நானும் அவருடைய மனைவியும் மட்டும் இருந்தோம். அப்போது ஜானகிராமனைப் பற்றி ஏதாவது சொல்லுங்கள். அவர் உங்களை எந்த வயதில் கல்யாணம் செய்துகொண்டார்? எப்படிக் கல்யாணம் நடந்தது? உங்களுக்கும் அவருக்கும் ஒரே ஊரா? இந்த மாதிரி சில விஷயங்களைக் கேட்டேன். அவர்கள் நடந்த விஷயங்கள் எல்லாவற்றையும் என்னிடம் சொன்னார்கள். பார்த்துப் பண்ணின கல்யாணம்தான். அவர்கள் குடும்பத்தை எங்களுக்குத் தெரியும் என்றார். ஆனால் மற்றதெல்லாம் மறந்துபோய்விட்டது. ஆனால் ஒரு விஷயம் மட்டும் என் மனதில் ஆழமாகப் பதிந்திருக்கிறது. முதல் இரவு அன்றைக்கு அந்த அம்மாவை முதலில் அறையில் கொண்டுபோய் விட்டாச்சு. இவர் வருகிறார் அறைக்குள். அப்போது ஒரு நாற்காலியில் உட்கார்ந்தாராம். ‘ரெண்டு மூணு ராகங்கள் பாடலாம் என்று சொல்லித்தான் முதன் முதலில் பேசினார். உனக்கு என்னென்ன ராகங்கள் பிடிக்கும்? என்றார். அப்ப நான் ஒண்ணு ரெண்டு ராகம் சொன்னேன். அத முனங்கிக்கிட்டே இருந்தார். அந்த ஸ்ருதி எல்லாம் கூட்டி னேன் என் மனசுக்குள்ள. கட்டில் ஓரத்தில் ஒரு மாலை தொங்கிக்கிட்டு இருந்தது. அந்த மாலையைத் தூக்கி என் கழுத்திலே போட்டார். ‘அந்த மாலையை அவுக்காம வெச்சு கிட்டு இரு. நான் பாடி என் கச்சேரி முடிஞ்ச பிறகு அவுத்தால் போதும்’ என்றார். அப்ப நான் மாலையைப் போட்டுக்கிட்டு நாற்காலியில் உட்கார்ந்துகொண்டேன். அவர் பாடினார். கொஞ்சம் விசித்திரமான ஆளோ, இவர் பழகிறது எல்லாம் ஒரு தினுசாக இருக்கே. போகப் போக ஏதாவது கோணங்கி காட்டிக்கிட்டு இருப்பாரோன்னு எனக்குக் கவலை வந்து விட்டது. அப்படியெல்லாம் ஒண்ணுமே இல்லை. ரொம்ப நல்ல ஆள். ரொம்ப நார்மல். ரொம்ப பிரியமாக இருப்பார். என்ன வேணும்னாலும் நான் பேசலாம். நான் கேலி பண்ணினாலும் சிரிச்சுக்கிட்டு இருப்பார். திரும்பக் கேலி பண்ணுவார். எங்க போகணும்னாலும் என்கிட்டேயும், குழந்தைங்ககிட்டேயும் சொல்லிக்கிட்டுப் போவார். அவர் கிட்ட பணம் இருக்கோ இல்லையோ, குழந்தைங்க ஆசைப் பட்டு ஒண்ணு கேட்டால் அதை வாங்கிக் கொடுக்காமல் இருந்தது கிடையாது. அதே மாதிரி நான் ஒண்ணு கேட்டேன்னா அதையும் வாங்கித் தராமல் இருந்தது கிடையாது. நாங்க எல்லோரும் சேர்ந்து எங்கேயாவது போகணும்னு ஆசைப்

பட்டால் அப்படிப் போகாமல் இருந்ததும் கிடையாது" என்றெல்லாம் நிறைய சொன்னார்கள்.

அப்புறம் வீட்டில் ஜானகிராமனிடம் பேசிக்கொண்டிருந்தேன். ஜானகிராமன் மொட்டை மாடிக்குப் போனார். மொட்டை மாடியில் ஒரு பந்தல் போட்டிருந்தது. ஓய்வு எடுக்கப் போகிறேன் என்று சொல்லிவிட்டுப் போனவரைக் காணவே இல்லை. நான்கு, ஐந்து மணி நேரம் ஆகிவிட்டது, காணவே இல்லை. அப்போது அவர் மனைவி, 'காணவே இல்லையே, அவர் எங்க இருக்கார்னு பார்க்கணும்' என்று சொன்னார். மொட்டை மாடியில்தான் இருக்கிறார் என்று சொன்னேன். இரண்டு, மூன்று தடவை போய்ப் பார்த்தோம். அவர் படுத்துத் தூங்கிக்கொண்டிருந்தார். மூன்று, நான்கு மணி நேரம் ஆகியும் தூங்கிக்கொண்டே இருந்தார். நான் அங்கேயே உட்கார்ந்திருந்தேன். பிறகு அரை மணி நேரம் கழித்து எழுந்திருந்தார். மணி என்ன என்று கேட்டார். ஐந்து என்று சொன்னேன். 'நான் ஒரு மணிக்கு அல்லவா படுத்துக் கொண்டேன். நாலு மணி நேரமா தூங்கியிருக்கேன்? இந்த இடம், காற்று எல்லாம் எனக்கு ரொம்பப் பிடிச்சிருந்தது. அதுதான் தூங்கிட்டேன். ரொம்ப நாளாகக் கடுமையாக வேலை செய்துகொண்டிருக்கேன். இந்தத் 'தாய்' – அதாவது 'கிரேசியா டெலடா' நாவல் – அத இப்பத்தான் மொழிபெயர்த்துக் கொடுத்தேன். அது ரொம்ப இழுத்தடிச்சுது. இராவெல்லாம் முழிச்சு இருந்து முடிச்சுக் கொடுத்தேன். மற்றபடியும் ஆபீஸில ஏகமாக வேலை இருந்தது. அந்தச் சோர்வில் தூங்கிட்டேன் என்றார். (வீட்டின் பின்பக்கத்தில் அந்தக் காலத்தில் பிரம்பால் ஒரு தட்டி போட்டிருப்பார்கள். அதைக் காட்டி) 'அந்தத் தட்டி வழியாகப் பார்க்கிற போது வெளிப்பக்கம் பெரிய ஓவியமாகத் தெரியுது. ஜப்பான் ஓவியம்போல இருக்குது' என்று அதை நாலைந்து தடவை சொல்லிக்கொண்டே இருந்தார். எங்கள் வீடு என்பதாலோ என்னவோ தெரியவில்லை. நான் அதை அப்படிப் பார்த்ததே கிடையாது. ஏன் இவ்வளவு ஆச்சரியப் படுகிறார் என்று எனக்கு மிகவும் வியப்பாக இருந்தது.

நாங்கள் பேச ஆரம்பித்தோம். நம்பியும் ஆறு மணி வாக்கில் வருவதாகச் சொல்லியிருந்தான். நான் முதலில், அவர் மனைவி அவரைப் பற்றிச் சொன்னதைச் சொன்னேன். 'முதல் நாளைக்கே நீங்க பாட்டுப் பாடினீங்களாம்' என்றேன்.

‘அதுலெல்லாம் அவங்க மனசுக்குச் சந்தோஷமாக இருந்தது என்று நினைக்கிறேன். அவர் சொல்றது எல்லாம் வாஸ்தவம் தான். ஆனால் ஒண்ணு ரெண்டு விஷயங்கள் அவர்கிட்ட சொல்ல முடியாமல் போச்சு’ என்றார். அது என்ன என்று கேட்டேன். அவர் சொன்னார்:

‘ஒரு தடவை ஏதோ ஆபீஸ் விஷயமாகச் சோவியத் எம்பஸிக்குப் போயிருந்தேன். ஒரு பெரிய ஆபீஸர் அங்க விருந்து கொடுத்தார். எனக்கு அந்த மாதிரி விருந்துகளில் கலந்துகொண்டு பழக்கமில்லை. அவங்க முதலிலேயே கோட், சூட் எல்லாம் போட்டுட்டு வரணும் என்று சொல்லியிருந்தாங்க. அது ஆபீஸ் விஷயம் என்பதால் அதெல்லாம் போட்டுட்டுப் போயிருந்தேன். அப்புறம் ரஷ்யன் ஒயின் ஒண்ணு உண்டுமே, ஷேம்பைன் என்று சொல்லுவாங்களே, அதைக் கொஞ்சம் கொஞ்சமாக ஊத்திச் சாப்பிடச் சொன்னாங்க. அப்ப எனக்கு அது ரொம்பப் பிடிச்சுட்டது. பிடிச்சது என்றால் எவ்வளவு பிடிச்சது என்று சொல்ல முடியாது. அதைக் கொஞ்சம் கூட வேணும் என்றேன். ஒவ்வொரு ரவுண்டா கொஞ்சம் கொஞ்சமா விட்டுண்டே வந்திருக்கா. நான் தொடர்ந்து குடிச்சுக்கிட்டே வந்திருக்கேன். குடிச்சுகிட்டு இருக்கிறேன்னு தெரியாது. பக்கத்தில் உள்ள ஆட்கள் எல்லோரும் கௌம்பிப் போய்க்கிட்டே இருந்தாங்க. கிட்டத்தட்ட இருபது, முப்பது பேர் வந்திருந்தாங்க. கடைசியா நான் பார்க்கிறப்போ ஏழெட்டுப் பேர்தான் இருந்தாங்க. அப்ப என்னுடைய ஆபீஸில இருந்து கூட ஒருத்தரை வரச்சொல்லியிருந்தாங்க. அவர் இருக்கார். அவர் முகம் பேயறைஞ்சது மாதிரி இருக்கு. அந்தப் பெரிய ஆபீஸர் இருக்காரே, இன்னும் கொஞ்சம் சாப்பிடுறேளா, சாப்பிடுறேளா என்று கேட்டுக்கொண்டே இருக்கார்’ என்றவர், மேலும் சொன்னார்.

இவர் போனால்தான் அந்த ஆபீஸருக்குப் போக முடியும். கூட இருந்த நண்பர், ‘சார், ரொம்ப நேரம் ஆயிட்டது இல்லையா?’ என்று இவரிடம் கேட்டிருக்கிறார். ‘மணி எவ்வளவு ஆச்சு?’ என்று கேட்டிருக்கிறார். ‘மணி பத்து ஆயிடிச்சு’ என்று அவர் சொல்லியிருக்கிறார். ‘அப்ப இன்னும் கொஞ்சம் குடிச்சுட்டு வரேன்’னு சொல்லிவிட்டு, அந்த ஆபீஸரிடம் கேட்டிருக்கிறார். அந்த மீட்டிங் எல்லாம் முடிந்து அந்த ஆபீஸரும் போய்விட்டார். ஜானகிராமனுக்கு அந்த நாற்காலியில்

இருந்து எழுந்திருக்க முடியவில்லை. கூட அவருடைய அஸிஸ்டெண்ட், ஆபீஸில் இருந்து வந்தவன், இருக்கிறான். என்ன செய்வது என்று தெரியவில்லை அவனுக்கு. 'சார்... ஒரு டாக்சி பிடிச்சு உங்களைக் கொண்டு விடட்டுமா? நீங்க இப்ப நடந்து போக முடியாது' என்று சொல்லியிருக்கிறான். அவருக்கு, அவன் என்ன இப்படிப் பேசுகிறான், வீட்டுக்குப் போகிறது என்ன பெரிய விஷயம் என்று தோன்றியிருக்கிறது.

'என்னடா பெரிய விஷயம் வீட்டுக்குப் போறது' என்று வழக்கத்துக்கு மாறாகப் பேசினேன்னு நாலு நாளைக்குப் பிறகு வந்து ஆபீஸில் சொன்னான். அன்றைக்கு நான் ரொம்பப் பயந்து போனேன். அவனுக்கு அவ்வளவு பொறுமை வந்து விட்டது, இவரை எப்படி வீட்டுல கொண்டு போய் விடுவது என்று. அப்புறம் திரும்பவும், 'சார் கிளம்பலாமா?' என்று கேட்டதுக்கு 'என்ன வேணும்னாலும் செய்' அப்படின்னு நான் சொல்லியிருக்கேன். ஒரு டாக்ஸியைப் பிடிச்சு, அவன் தோள்ல என் கையப் போட்டு, என்னைத் தரை வழியா இழுத்து, பின் சீட்டுல கொண்டு போட்டிருக்கான். பின் சீட்டில் படுத்துக்கொண்டேன். நாலு நாளைக்கு அப்புறம்: "டாக்ஸிக்காரன்கிட்ட வீட்டையும் சொல்லி, டாக்ஸிக்கான பணத்தையும் கொடுத்து நான் பாதியில இறங்கி ஓடலாம் என்று நினைச்சேன். அப்புறம் பின்னால ரொம்பத் தப்பாப் போயிடும், இவர் நமக்கு மேலே வேலை பார்க்கிற அதிகாரி, ஒரு பொறுப்பு எல்லாம் இருக்கு என்று நினைத்து நான் அங்கே போனேன். போனபோது நல்ல வேளை குழந்தைங்க நல்லாத் தூங்கிக்கிட்டு இருந்தாங்க. அந்த அம்மா மட்டும் முழிச்சுக்கிட்டு இருந்தாங்க. அவங்ககிட்ட, இவரை உள்ள தூக்கிக்கொண்டு போடணும் என்று சொன்னேன். அவர் உடம்புக்கு என்ன ஆச்சு என்று பயந்துட்டாங்க. அவருக்கு ஹார்ட் அட்டாக் என்னவோ வந்துவிட்டது என்று நினைச் சிருக்காங்க. நான் சொன்னேன், அவர் உடம்புக்கு ஒண்ணுமே இல்லை. நல்லாத்தான் இருக்கார். இன்னைக்கு இரவு பூராவும் தூங்கிக்கிட்டு நாளைக்குக் காலையில பிரஷ்ஷா எழுந்திருந்து அவர் அவருடைய காரியத்தைப் பார்ப்பார். அதுக்கு மேலே தயவு செய்து எங்கிட்ட எந்தக் கேள்வியையும் கேட்காதீங்கோ. உங்க காலில வேணும்னா விழுந்து நமஸ்காரம் பண்ணுறேன். ஒண்ணும் எங்கிட்ட கேட்காதீங்கோ. ஆனா உடம்புக்கு ஒண்ணும் இல்லை என்பதை உத்தரவாதமாகத் தரேன்னேன்.

அப்புறம் அந்த அம்மா காலைப் பிடித்துக்கொள்ள நான் தலையைப் பிடிச்சுகிட்டு உள்ளே கொண்டு போய் ஒரு மெத்தையில போட்டுட்டு, ஒண்ணும் பயப்படாதீங்கோ, அவர் பாட்டுக்குத் தூங்கட்டும். காலைல எழுந்து, நேற்றைக்கு எல்லாம் எப்படிப் பேசிக்கிட்டிருந்தாரோ அதே மாதிரி பேசுவார்" என்று சொல்லிவிட்டுப் போய்விட்டதாக அவன் ஜானகிராமனிடம் சொல்லியிருக்கிறான்.

அவர் சம்சாரத்துக்கு மிகவும் ஆச்சரியமாகப் போய்விட்டது, இப்படியும் இவருக்கு ஒரு பழக்கம் உண்டுமா என்று. உண்மையாகவே அவருக்கு அந்தப் பழக்கம் இல்லை. அவர் அன்றைக்குக் கிறுக்குத்தனமாக நடந்துகொண்டார். இது தவிர மற்றபடியெல்லாம் ஒழுங்காகத்தான் நடந்துகொண்டிருக்கிறார். அவருக்கு மிகவும் வருத்தம் வந்துவிட்டது. அதைக் குழந்தைகள் தெரிந்துகொண்டால், 'இப்படி எங்க அப்பா செய்துவிட்டாரே' என்று வருத்தப்படுவார்கள். அவருக்கு அதைப் பொறுத்துக்கொள்ள முடியவில்லை. அவருக்கு இன்னொரு பயம் என்னவென்றால், இது மாதிரி தொடர்ந்து செய்ய ஆரம்பித்துவிடுவோமோ என்று பயம் வேறு வந்துவிட்டது.

அவர் சொன்னார்: 'குழந்தைகள் எல்லாம் பிடுங்க ஆரம்பிச்சுட்டாங்க. மூத்த பையன், உமா எல்லாம், என்னப்பா நெனச்சுகிட்டு இருக்கேள். என்னப்பா நீங்க வெளியில் போய் நாடகம் நடிக்கிறேள் என்றெல்லாம் எங்கிட்ட கேட்டாங்க. எல்லாரும் வாங்கோ, எல்லாரும் வரிசையாய் உட்காருங்கோ, நான் இனிமேல் இந்தக் காரியம் எல்லாம் செய்யமாட்டேன். எதோ அன்னைக்கு நடந்துவிட்டது. அதை நீங்களும் மறக்கணும். நானும் அதை மறந்து விடுகிறேன். ஆனா வெளியில் போய்ச் சாப்பிடுவது ஒரு சமஸ்காரத்துக்குத்தான். அப்படி சொன்னாக்கூட அது வெளிநாட்டுல சாத்தியம். இங்க இந்த மாதிரி சாப்பிடவே மாட்டேன். அங்க நாம மட்டும் சாப்பிடலைன்னா அவர்கள் நம்மளை வித்தியாசமாகப் பார்க்கிறாங்க. ஜப்பானில் எல்லாம் சாப்பிடாத மனிதனே இல்லை' என்று சொல்லியிருக்கிறார்.

இன்னொரு சம்பவத்தையும் சொன்னார். 'நான் ஏற்கனவே ஜப்பான் போன சமயத்தில் ஒரு ஹோட்டலில் ஒரு பட்லர் கிட்ட, இங்கிலீஷ் தெரிஞ்ச பட்லரைக் கூட்டி வரச் சொல்லி, வெஜிட்டேரியன்தான் சாப்பிடுவேன் என்றேன். அப்படி

நான் சொன்னதும் அவன் கேட்டான், நீங்க 'பீஃப்' சாப்பிடு வேங்களா என்று. இல்ல நான் சாப்பிடமாட்டேன் என்றேன். 'ஃபிஷ்' சாப்பிடுவீங்களா என்று கேட்டான். அதுவும் மாட்டேன் என்றேன். 'சிக்கன்' சாப்பிடுவீர்களா என்றான். அதுவும் சாப்பிட மாட்டேன் என்றேன். அவன் இப்படி 'நான்—வெஜிட்டேரியன்' கறிகள் ஐம்பதுக்கு மேலே சொன்ன பிறகு, நீங்க என்ன சாப்பிடுவீர்கள் என்று கேட்டான். நான் வெஜிட்டபிள்ஸ் சாப்பிடுவேன், ரைஸ் சாப்பிடுவேன், அப்புறம் எங்க ஊர்ல தோசை, இட்லி அந்த மாதிரி பலகாரங்கள் சாப்பிடுவேன் என்றேன். அதெல்லாம் சாப்பிட்டு உயிர் வாழ முடியுமா என்று ஆச்சரியமாகக் கேட்டான். நான் இன்றைக்கு வரை யிலும் உயிர் வாழ்ந்துட்டு இருக்கிறேனே' என்று சொல்லி யிருக்கிறார் ஜானகிராமன்.

அவன் நேராக உள்ளே போனான். போனபோது அவர், ஏதோ ஒரு அயிட்டம் கொண்டு வரப் போகிறான் என்று நினைத்திருக்கிறார். தலையை நிமிர்ந்து பார்த்தாராம். சுமார் ஐம்பது பட்லர்கள் நின்றுகொண்டிருந்தார்களாம். அவன் கூட்டிக்கொண்டு வந்திருக்கிறான். இப்படி ஒரு ஆள் வந்திருக் கிறான். இதுவரையிலும் அவன் 'நான் — வெஜிட்டேரியன்' சாப்பிட்டது கிடையாது. இலை, குழை எல்லாம்தான் சாப்பிடு வான். அவன் பாட்டுக்கு நம்ம மாதிரி ஆரோக்கியமாக இருக்கான் என்று சொல்லியிருக்கிறான். ஐம்பது பட்லர்களும் அவரையே பார்த்துக்கொண்டிருந்தார்களாம். இதை மிகைப்படுத்திச் சொன்னால்கூட, இது நடந்த விஷயம். இது மாதிரி எவ் வளவோ சம்பவங்கள் நடந்திருக்கின்றன. அதைப் பற்றியெல் லாம் அவர் எழுதியிருக்கலாம். ஆனால், அதிகமாக எழுதவே இல்லை.

ஜானகிராமனுடைய பயணக் கட்டுரைகளைச் சிறந்த பயணக் கட்டுரைகள் என்று சொல்லக் கூடியவர்கள் உண்டு. அதையும் தாண்டி அவருடைய பயணக் கட்டுரைகள் அபூர்வ மாக அமைவதற்கு வாய்ப்பு உண்டு. ஏ.கே. செட்டியார் 'மேட்டர் ஆஃப் பேக்ட்' ஆக எழுதியிருக்கிறார். ஜானகிராமன் மிகவும் ரசானுபாவத்தோடு சொல்லக்கூடியவர். அந்தப் புத்தகங்கள் எல்லாம் இவருடைய நாவல், சிறுகதைகள் போல வந்திருக்கும். ஆனால் அதிலெல்லாம் அவர் அக்கறைப்படவில்லை என்று சொன்னார்.

அதன் பிறகு நாங்கள் வேறு சில இடங்களையும் பார்த்தோம் என்று ஞாபகம். அனேகமாக இங்கே (நாகர் கோவிலுக்கு) வரக்கூடிய நண்பர்களை எல்லாம் பத்மனாபபுரம் அரண்மனைக்குக் கூட்டிக்கொண்டுபோய்க் காட்டுவோம். அதே மாதிரி பார்த்துவிட்டுச் சென்னைக்குக் கிளம்பிப் போய் விட்டார்.

இங்கே அவர் தங்கியிருந்த அந்த மூன்று நாள்களில் நிறைய நேரம் எங்கள் அப்பாவிடம் பேசிக்கொண்டிருந்தார். அது ஒரு ஆச்சரியமான விஷயம். ஒரு எழுத்தாளர் என்ற வகையில் முதன்முதலாக வந்து எங்கள் அப்பாவிடமும், அம்மாவிடமும் பேசிக்கொண்டிருந்தது ஜானகிராமன்தான். க.நா.சு. அப்பாவிடம் கொஞ்ச நேரம், ஐந்து நிமிஷம் பேசுவார். தன்னிடம் அவர் பேச்சில் ஈடுபடமாட்டார் என்கிறதை உணரும்படியாகத்தான் பேசுவார். ஜானகிராமன் அப்படி யில்லை. அப்பாவுடன் பேச ஆரம்பித்துவிட்டார் என்றால், என்னுடன் பேச வேண்டும் என்கிற உணர்வே இருக்காது. அவர் பாட்டுக்குப் பேசுவார்.

இன்னொரு விஷயம் நடந்தது. எங்கள் அம்மாவிடம் பேசினார். அதைப் பற்றி என்னிடம் ஜானகிராமன் சொன்னார்: 'உங்க அம்மாகிட்ட பேசின உடனே, இப்படியெல்லாம் புத்திசாலித்தனமாகப் பெண்கள் பேச முடியுமா? நாங்க தஞ்சாவூர், கும்பகோணத்தில் எவ்வளவோ படித்த பெண் களைப் பார்த்திருக்கோம். உங்க அம்மா அசாத்தியமான புத்திசாலி' என்றார். இது மாதிரி ராமாமிர்தமும் எங்கள் அம்மாவைப் பற்றிச் சொல்லியிருக்கிறார். ராமாமிர்தத்துக்கு எங்கள் அப்பா மீதும், அம்மா மீதும் மிகவும் பாராட்டுணர்வு உண்டு. இது மாதிரி நாலைந்து பேர் இருக்கிறார்கள், எங்கள் அப்பாவிடமும் அம்மாவிடமும் பழகினவர்கள்.

அப்புறம் எல்லாரும் கிளம்பி, பெட்டி படுக்கையெல்லாம் தயாராகிவிட்டது. வாடகைக் கார் வந்த உடனேயே, 'மாமா இங்க வாருங்கோ' என்று எங்கள் அப்பாவைக் கூப்பிட்டார் ஜானகிராமன். எங்கள் அம்மாவையும் கூப்பிட்டார். 'எல்லாரும் நமஸ்காரம் பண்ணுங்கோ' என்று அவரும் நமஸ்காரம் செய்தார். அவரது மனைவியும் நமஸ்காரம் பண்ணினார். குழந்தைகளும் நமஸ்காரம் செய்தார்கள். எங்கள் அம்மா

வுக்குக் கண்ணில் நீர் பொங்கிட்டது. 'இவ்வளவு படிச்சவர், நமக்கு முன்ன பின்னத் தெரியாதவர், ஏதோ தஞ்சாவூர், கும்பகோணத்தில் உள்ள ஆட்கள், இப்படி நம்ம காலில் விழுந்து நமஸ்காரம் பண்ணுறாங்களே' என்று ரொம்பவும் உருகிவிட்டார். அவர் போன பிறகு அப்பா, அம்மாவிடம் சொன்னாராம், 'சில யோக்கியன்களும் இவனுக்கு பிரெண்டா இருக்காங்க. நான் அவ்வளவும் கழிவாத்தான் இருக்கும் என்று நினைத்தேன். அப்படியெல்லாம் ஒண்ணும் இல்லை' என்று.

ஜானகிராமன் போய்க் கடிதம் எழுதினார். அதில் எங்கள் அப்பாவைப் பற்றி ஒரு பாரா, அம்மாவைப் பற்றி ஒரு பாரா, கமலாவைப் பற்றி ஒரு பாரா, குழந்தைகளைப் பற்றி ஒரு பாரா, இங்கே நடந்த உபசாரங்களைப் பற்றி ஒரு பாரா என்று மிக அழகாக, விரிவாக எழுதியிருந்தார். அவர் கடிதங்களை எல்லாம் மிகவும் நன்றாக எழுதுவார். படிக்கக் கூடிய ஆளுக்கு மிகவும் திருப்தியாக இருக்கிற மாதிரிதான் எழுதுவார். அந்தக் கடிதத்தை எங்கள் அப்பா, எங்கள் அம்மா, எங்கள் வீட்டில் உள்ளவர்கள் எல்லாரும் பல தடவை படித்தார்கள். அவ்வளவு தூரம் அது அழகாக இருந்தது.

அதன் பிறகு நான் ஒரு தடவை சென்னைக்குப் போயிருந்த போது ஜானகிராமனிடம் சொன்னேன். என்னுடைய அக்கா, என்னைவிட ஒரு வயது பெரியவள், பெசன்ட் நகரில் இருக்கிறாள். அவளுக்கும் உங்களைப் பார்க்க வேண்டும் என்று ஆசை இருக்கிறது. உங்களுடைய ஆரம்பகாலப் புத்தகங்கள் எல்லாம் படித்திருக்கிறாள். அவளுக்கு இசையில் ஈடுபாடு உண்டு. மியூசிக் அகடாமியில் நடத்தக்கூடிய நிகழ்ச்சிகளுக்கு ஜட்ஜாகூட இருந்திருக்கிறாள். அவளுக்கு சங்கீதத்தில் நல்ல ஞானம் இருக்கிறது. உங்களைப் பார்க்க வேண்டும் என்று சொல்கிறாள் என்றேன். சரி, ஒரு ஞாயிற்றுக்கிழமை கூட்டிக் கொண்டு வாருங்கள் என்றார். நான் இரண்டு நாளோ, மூன்று நாளோ சென்னையில் இருந்தேன். அந்த நேரத்தில் அவளைக் கூட்டிக்கொண்டு போக முடியவில்லை. அவளுக்கு வருவதற்கு ஏதோ அசௌகரியம். அதன் பிறகு நாகர்கோவில் வந்து நான் ஜானகிராமனுக்குக் கடிதம் எழுதினேன், அக்காளைக் கூட்டிக்கொண்டு வர வசதியில்லாமல் போய்விட்டது என்று. 'நானே குழந்தைகளைக் கூட்டிக்கிட்டு அவர் வீட்டுக்குப் போறேன். நீ என்னோடு வரணும் என்றில்லை.' என்று அவள்

சுந்தர ராமசாமி

என்னிடம் சொன்னதை அவருக்கு எழுதியிருந்தேன். உடனே அவர் பதில் எழுதியிருந்தார்: தாராளமாக. அவள் குழந்தைகளைக் கூட்டிக்கொண்டு வரட்டும். எனக்கும் அவளைப் பார்க்கணும் என்று ஆசைதான் என்று.

என் அக்காவுக்கு ஃபோன் செய்து 'டைம் புக்' செய்வது எல்லாம் கிடையவே கிடையாது. அவள் பாட்டுக்குக் குழந்தைகளைக் கூட்டிக்கொண்டு போய்விட்டாள். ஒரு அரைநாள் அங்கேயே இருந்திருக்கிறாள். அந்தச் சந்திப்பைப் பற்றி ஜானகிராமன் எழுதியிருந்தார். எங்கள் அக்காளை மிகவும் 'பிளீஸ்' செய்து எழுதியிருந்தார். அதைச் சொல்வதற்கே கூச்சமாக இருக்கிறது. அவளுடைய பண்பாடு, அவளுடைய தோற்றம் பற்றியெல்லாம் மிகவும் விசேஷமாக எழுதியிருந்தார். அவளுக்கு மியூசிக்கில் ரொம்ப ஆர்வம். மியூசிக் சபாவில் அவரோடு எப்போதும் பேசிக்கொண்டிருப்பாள். அப்போது, 'இப்ப ஏதாவது புதுசா ராகம் படிச்சுக்கிட்டு இருக்கேளா? என்ன பாட்டு படிச்சிட்டிருக்கேள்?' என்றெல்லாம் கேட்டிருக்கிறார். அதுக்கப்புறம் இரண்டு மூன்று தடவை அவர் வீட்டுக்குப் போயிருக்கிறாள். போய் அவருக்குப் பாடிக் காட்டியிருக்கிறாள். அவரும் பாடிக் காட்டியிருக்கிறார். ஜானகிராமன் மனைவி பாடுவார். ஆனால் அவரைவிட ஜானகிராமன் மிகவும் நன்றாகப் பாடுவார். அப்படி ஒரு நெகழ்ச்சியான உறவு அவருடன் அவளுக்கு இருந்தது.

கொஞ்ச நாளிலே அக்கா காலமாகிவிட்டார். அவருக்குத் தெரிவித்த உடனே அவரால் தாங்க முடியவில்லை. நேராக பெசன்ட் நகருக்குப் போய்விட்டார். அப்போது நானும் போய்ச் சேர்ந்தாயிற்று. அவர் என்னிடம் ஒரு வார்த்தை பேசவில்லை. அவளை 'டெட் பாடி'யாகக் கிடத்தியிருக்கிறது. ஒரு நாற்காலியில் இருந்து அவளைப் பார்த்துக்கொண்டே இருக்கிறார். அப்புறம் அழ ஆரம்பித்துவிட்டார். எனக்குத் தாங்க முடியவில்லை. அழுவதில் அவருக்குக் கூச்சமே இல்லை. கண்களில் இருந்து கண்ணீராக வருகிறது. துண்டால் கண்களைத் துடைத்துக்கொண்டார். அப்புறம் அவர் அங்கிருந்து போய்விட்டார். ஒன்றுமே சொல்லவில்லை. அது என் மனதை ரொம்பவும் பாதித்த விஷயம். அந்தத் தடவை நான் அவர் வீட்டுக்குப் போகவே இல்லை.

ஆந்திர மகிள சபாவில் அவரும், அவருடைய மனைவியும் இருந்தார்கள். 'ஆல் இந்தியா ரேடியோவில் 'ரிசப்ஷ'னில் ஒரு ரூம் இருக்கு. அங்க வந்து நீங்க இருக்கலாம். அது ஏ.சி. ரூம்தான். நான் நாலரை மணிக்குள் அந்த ரூமுக்கு வருவேன். நான் சொல்லிவிட்டுப் போறேன். செல்லப்பா என்று ஒருத்தன் பியூனாக இருப்பான். அவன் கிட்ட, நீங்க வந்தா விடணும் என்று சொல்லிவிட்டுப் போயிடுறேன். நீங்க பாட்டுக்குச் சௌகரியமாக இருங்கோ. பேப்பர் எல்லாம் போட்டிருப்பாங்க. படிச்சிட்டு இருங்கோ. நான் நாலரை, அஞ்சு மணிக்குள்ள வந்துவிடுவேன். அப்புறம் நாம ஒண்ணா வரலாம்' என்றார்.

அப்படிப் போன சமயத்தில், நாம் கடற்கரைக்குப் போகலாமா என்று கேட்டேன். போய் இருப்போமே என்றார். அவர் சைக்கிளில்தான் வருவார், அவர் வீட்டில் இருந்து ஆல் இந்தியா ரேடியோவுக்கு. அப்போது சைக்கிளை மிதித்துக் கொண்டு கடற்கரைக்கு வந்தார். அங்கே சைக்கிளை ஸ்டேண்ட் போட்டு நிறுத்திவிட்டு நானும் அவரும் நீண்ட நேரம் பேசிக் கொண்டிருந்தோம். குளிர ஆரம்பித்தது. வீட்டுக்குக் கிளம்பு வோமா என்றேன். ரொம்ப நேரம் ஆகிவிட்டது. நான் பெசன்ட் நகருக்குப் போகிறேன். இப்போது நான் அங்கே வந்துவிட்டுத் திரும்பி வந்தால் பெசன்ட் நகருக்கு பஸ் கிடைக்காமல் போய்விடும் என்று சொல்லிவிட்டு நான் அடையாறைப் பார்த்துப் போய்விட்டேன். அவர் அவருடைய வீட்டுக்குப் போய்விட்டார்.

அப்படிப் பல தடவை அவரைப் பார்த்திருக்கிறேனே ஒழிய அவருடைய மனைவியை, முதல் தடவை வந்தார்களே, முதலிரவு பாட்டெல்லாம் பாடினார் என்று சொன்னார்களே, அதற்குப் பிறகு அவர்களை நான் பார்க்கவே இல்லை. ஒன்றிரண்டு தடவை ஆரம்பத்திலே அழகிரிசாமியை அவர் வீட்டுக்குக் கூட்டிக்கொண்டு போனது, நானும் நம்பியும் அவரைப் பார்க்கப் போனது போன்ற சந்தர்ப்பத்தில்தான் நான் அவர்களைப் பார்த்திருக்கிறேன். இப்போது அவர்களை ஆந்திர மகிள சபாவில் பார்த்தபோது அவர்களுக்கு மிகவும் வயதானது போல இருந்தது. ஜானகிராமனைவிட பார்ப்பதற்கு வயதான தோற்றம் இருந்தது. ஜானகிராமன் இளமைத் துடிப் போடுதான் இருந்தார்.

சுந்தர ராமசாமி

அப்போது ஸ்ரீராம் சிட் பண்ட்ஸில் இருந்தவர்கள் அவருக்கு ஆத்ம நண்பர்கள். அவர்கள் அங்கு வந்திருந்தார்கள். அதில் இரண்டு மூன்று பேர் மிகவும் முக்கியமானவர்கள். அந்தச் சமயத்தில் சிட் பண்டே சின்ன அளவில்தான் இருந்தது. அவர்களுக்கு இலக்கியத்திலேயும் ஆர்வம் உண்டு. ஜானகி ராமனைவிடச் சிறந்த எழுத்தாளர் வேறு யாரும் இல்லை என்கிற முடிவுக்கு அவர்கள் வந்துவிட்டார்கள். அப்படி ஜானகிராமன் மேலே பைத்தியம். விமான நிலையத்திலிருந்து அவரைக் கூட்டிக்கொண்டு வந்து தங்க வைப்பது, திரும்ப அவரை விமான நிலையம் வரைக்கும் கொண்டுபோய் விடுவது வரை மூன்று பேரில் யாராவது ஒருத்தர் கூட இருப்பார்கள். மற்ற இரண்டு பேரும் கம்பெனிக்குப் போய்விட்டு வருவார்கள். அவ்வளவு பிரியம்.

'இவரை யாருன்னு தெரியுமா?' என்று என்னைக் காட்டி அவர்களிடம் ஜானகிராமன் கேட்டார். தெரியவில்லையே என்றதும், 'இவர் சுந்தர ராமசாமி' என்றார். அவர்களில் ஒருவருக்கு சுந்தர ராமசாமி என்கிற பெயர் தெரியும். என்னுடைய ஒன்றிரண்டு புத்தகங்களைப் படித்திருப்பதாகச் சொன்னார். 'அது எல்லாம் ஆரம்ப கால எழுத்துக்கள். இப்ப காமு . . . மாதிரிதான் எழுதுகிறார். பெரிய எழுத்தாளன் என்று பெயர் வாங்கினவர். இவருடைய கதைகள் எல்லாம் ரொம்ப நல்லா இருக்கும். அதெல்லாம் நம்ம ஊர் ஆட் களுக்குத் தெரியாது. ஐம்பது வருஷம், அறுபது வருஷம் கழிச்சுதான் அவங்களுக்குத் தெரியும்' என்றார் ஜானகிராமன். இலக்கியத்தைப் பற்றியே பேசாதவர் திடீரென்று அப்படி ஒரு அபிப்ராயம் சொன்னார். அதைக் கேட்டுக்கொண்டேன். தொடர்ந்து அவர் படித்துக்கொண்டிருக்கிறார். என்னை 'அசஸ்' செய்ய வேண்டும் என்கிற ஆசையும் அவருக்கு இருந்தது. 'வித்தியாசமான எழுத்தாக இருக்கு. அது எந்த மாதிரியான எழுத்து? அதுல உளறல் இருக்கக் கூடாது. சில சமயம் நம்ம ஆட்கள் உளறுவாங்களே அந்த மாதிரி இருக்கக் கூடாது' என்று சொன்னார். இது மாதிரி எப்போதோ ஒரு தடவை அபூர்வமாக அவருடைய படிப்பைப் பற்றிச் சொல்லுவார்.

ஜானகிராமன் ஒவ்வொரு நாளும் வால்மீகி ராமாயணம் படிப்பார். சீதை கதாபத்திரத்தைப் பற்றி – அவளுடைய

துக்கம் இருக்கிறதே அதைப் பற்றி – வால்மீகி சொல்லுகிற இடத்தில் அவருக்கு அழுகை வந்துவிடும். அப்போது அவரால் படிக்க முடியாது. மூடி வைத்துவிடுவார். திரும்பவும் ஒரு முப்பது ஸ்லோகங்கள் படிக்க ஆரம்பித்து, குறிப்பிட்ட ஸ்லோகம் வந்ததும் நிறுத்திவிடுவார். அவர் சொல்வார்: 'எங்க அப்பா இருக்காரே, வால்மீகி ராமாயணம், மற்ற வடமொழி எழுத்துக் களை எல்லாம் ரொம்ப அபூர்வமாகப் படிச்சு அந்தக் காலத்துல கதாகாலக்ஷேபம் மாதிரி, நடுவுல முக்கால் பங்கு சமஸ்கிருதம் தான், அப்படிப் பேசிவிடுவார். அவர்கிட்ட இருந்துதான் எனக்கு சமஸ்கிருதம் தெரியும்' என்றார். சமஸ்கிருத மொழியைப் படித்தவர்களுக்குத் தனி உத்திகள் எல்லாம் உண்டு. நீங்கள் கவனித்திருக்கலாம், சமஸ்கிருதம் படித்த காரணத்தாலேயே அவனுடைய மூளையில் சில தினுசான புதிய விஷயங்கள் இருக்கும். ஆனால் அவரிடம் அந்த அம்சமே கிடையாது. அது எனக்கு மிகவும் ஆச்சரியமாக இருந்தது. அந்தப் பழைய மரபைச் சார்ந்தவர். அவருடைய அப்பா கதாகாலக்ஷேபம் பண்ணக் கூடியவர். சமஸ்கிருத மொழியைப் படிக்கிறதால் ஏற்படக்கூடிய மனோபாவம் – நாம் மற்றவர் களைவிட உயர்ந்த ஆட்கள் என்ற அம்சமே – அவரிடம் கிடையாது. அவர் அந்தப் புத்தகங்களைப் படித்துக் கொண்டிருந்ததுதான் ஆச்சரியமாக இருந்தது. அவருடன் யார் பழகினாலும், அவர் அந்த மாதிரி வகையான ஆள் என்று கருதவே முடியாது. எப்போதாவது கேட்டால்தான் இந்த மாதிரி விஷயங்களைச் சொல்வார்.

ஆங்கிலத்தில் மொழிபெயர்த்த ஒரு ஜப்பானிய நாவலைப் பற்றிச் சொல்லியிருக்கிறார். அதில் ஒரு குறிப்பிட்ட காலனி ஊருக்கு வெளியில் ஒதுங்கி இருக்கும். அந்தக் காலனியில் ஐம்பது, அறுபது குடும்பங்கள் இருக்கும். அந்தக் காலனியில் இருக்கக்கூடிய ஒரு வீட்டில் ஒருத்தி ஒரு எறும்பைப் பார்க் கிறாள். வாஷ்பேஷின் பக்கத்திலோ என்னவோ. அப்புறம் அதைப் பற்றி மறந்து போகிறாள். மறு நாள் பார்க்கும் போது மேலும் நாலைந்து எறும்புகள் இருக்கிற மாதிரி அவளுக்குத் தோன்றுகிறது. இப்படி அந்தக் கதையை வளர்த்துக் கொண்டுபோய் அந்த ஐம்பது வீடுகளிலும் அந்த எறும்புகள் அவர்களை வாழ விடாது. என்ன செய்தாலும் இந்த எறும்பு களைப் பற்றி யோசிக்காமல் படுக்க முடியாது. ஒரு சாமானம்

வாங்க முடியாது. அழுதால்கூடத் துக்கம் தெரியாது. கடைசி யில் அவர்கள் அந்தக் காலனியைக் காலி செய்துவிட்டுப் போகிறார்கள்.

அந்த ஜப்பானிய நாவலை மிகவும் வியந்து பாராட்டி யிருக்கிறார். இப்படியெல்லாம் புத்தகங்களைப் பற்றிப் பேசுவது மிகவும் குறைவுதான். பொதுவாக 'காலைல என்ன சாப்பிடுவே, எழுந்து வெளியில் போவாயா, உங்க ஊர்ல பார்க் உண்டுமா?' இப்படியெல்லாம் பேசக்கூடிய விஷயங்கள் அவருக்கு மிகவும் சந்தோஷமானவை.

கடைசியாக அவரை நான் ஆந்திர மகிள சபாவில் பார்த்த அந்தச் சமயத்தில் அவர் இந்தக் கதையைச் சொன்னார்.

எட்டு மணியளவில், உடனிருந்த நண்பர்கள், 'கிளம்புகிற நேரம் ஆச்சு, உங்களை பிளைட்டில் கொண்டு போய் ஏற்றிவிட வேண்டாமா?' என்றார்கள். அவர்கள் பெரிய கார் கொண்டு வந்திருந்தார்கள். காரில் எல்லோரும் ஏறின பிறகு, என்னிடம், 'நீங்களும் வாங்களேன் ஏரோடிராமுக்கு. ஏரோடிராமுக்கு வரணும் என்பது முக்கிய நோக்கம் இல்லை. வீட்டுல கொண்டு உங்களை இவர்கள் விட்டிட்டுப் போவாங்க. என்னை ஏற்றி விட்டாச்சு என்றால் அப்புறம் வீட்டுக்குப் போகிற வழியில் உங்களை விட்டுட்டுப் போவாங்க. நீங்களும் எங்ககூட கொஞ்ச நேரம் இருந்த மாதிரி இருக்கும்' என்றார். நானும் காரில் ஏறிக்கொண்டேன்.

ஜானகிராமன் போகிறது வரையிலும் அவர்கள் கவனம் அவர் மேலேயே தான் இருந்தது. அவர் விமானத்தில் ஏறின பிறகு, என்னிடம் பேச ஆரம்பித்து, எனக்கு ஜானகிராமனைப் பற்றி என்ன அபிப்ராயம், என்னென்ன புத்தகங்கள் எழுதி யிருக்கிறேன் என்றெல்லாம் கேட்டுவிட்டு, 'போறதுக்கு முன்னாடி கம்பெனிக்கு ஒரு தடவை வாங்கோ, இல்லேன்னா பெசன்ட் நகரில் இருந்து கம்பெனிக்கு ஒரு போன் பண் ணுங்கோ. நான் உங்களைக் கார்ல கம்பெனிக்குக் கூட்டிக் கிட்டு வர்றேன். கொஞ்ச நேரம் கம்பெனியில இருக்கலாம். அப்புறம் நீங்க வரலாம். ஏன் உங்க மேல எங்களுக்கு ஒரு முக்கியத்துவம் வந்தது என்ற காரணத்தைச் சொல்லி விடுகிறேன். மற்ற சமயங்களில் உங்களை நான் பார்த்திருந்தால், இந்த

மாதிரி உங்ககிட்ட சொல்லமாட்டேன். ஜானகிராமன் ஒரு எழுத்தாளரை காமுவுடன் ஒப்பிட்டுச் சொல்றது ரொம்பப் பெரிய விஷயம். அந்த ஒரு பேச்சுதான் உங்ககிட்ட ஒரு உறவை ஏற்படுத்திக்கணும், அந்த உறவு ரொம்ப முக்கியமான உறவாக இருக்கணும் என்று நான் ஆசைப்பட்டுச் செய்யறேன்' என்றார். அவர் என்னைக் காரில் கொண்டு விட்டார். அதன்பின் அவருக்கு போன் செய்ய வேண்டும் என்கிற எண்ணம் இல்லை எனக்கு.

ஒரு தடவை வெளியில் போய்விட்டு வந்தபோது அக்காள் குழந்தைகள் சொன்னார்கள், 'ஸ்ரீராமில் இருந்து ஒருத்தர் போன் பண்ணினார். எப்ப கார் கொண்டு வரணும்னு கேட்டார்' என்று. அப்படியானால் அவர் மிகவும் ஆத்மார்த்த மாக இருக்கிறார் என்று நினைத்து, குழந்தைகளிடம் நீங்களும் வருகிறீர்களா என்று கேட்டேன். குழந்தைகளை எங்கேயாவது கூட்டிக்கொண்டு போக வேண்டும் என்று ஆசையாக இருந்தது. அக்காள் இல்லை. குழந்தைகள் மட்டும் வீட்டில் இருந்தனர். 'நாங்களும் வரோம்' என்று குழந்தைகள் சொன்னார்கள். கார் வந்தது. குழந்தைகளையும் கூட்டிக்கொண்டு அங்கே போனேன். 'இந்தக் குழந்தைகள் எல்லாம் என்னுடைய சிஸ்டர் குழந்தைகள். சிஸ்டர் ஒரு வருடத்துக்கு முன்னால கால மாயிட்டாங்க' என்று சொன்னேன். 'நாமெல்லாம் ஏதாவது ஹோட்டலுக்குப் போய்ச் சாப்பிடுவோமா?' என்று கேட்டார். 'நீங்க எதாவது ஹோட்டலுக்குப் போய்ச் சாப்பிட ஆசைப்படுகி றீர்களா?' என்று குழந்தைகளிடமும் கேட்டேன். அவர்களும் சாப்பிடணும் என்றார்கள். எல்லாரும் சேர்ந்து ஒரு ஹோட் டலுக்குப் போனோம். எனக்கு ரொம்ப 'லைட்டா' சாப்பிட்டால் போதும் என்றிருந்தது. குழந்தைகளும் அப்படித்தான் சொன்னார்கள். அதன் பிறகு, சினிமா பார்க்கலாமா என்று கேட்டார் 'ஆறு முப்பது பஸ்ட் ஷோ இருக்கே அது ஆரம்பிச் சாச்சு. நைட் ஷோதான் பார்க்க முடியும். அதைப் பற்றி நீங்க கவலைப்பட வேண்டாம். நைட் ஷோ பாத்ததுக்கு அப்புறம் உங்களை பெசன்ட் நகரில் கொண்டுபோய் விடு கிறோம்' என்றார். அது ஒரு கார் ரேஸ் சம்பந்தமான கதை. குழந்தைகளுக்கு அதைப் பார்க்க உற்சாகம் வந்தது. ஏற்கனவே அவர்கள் பள்ளியில் உள்ள மற்ற மாணவர்கள் வழியாக அவர்களுக்குத் தெரியும். அந்தப் படத்துக்குப் போய்விட்டு, எங்களைக் கொண்டு வீட்டில் விட்டார்.

ஜானகிராமன் *கணையாழி*யில் பொறுப்பு எடுத்ததுக்குப் பிறகு எனக்குக் கடிதம் எழுதினார். 'நான் *கணையாழி*யோட பொறுப்பை எடுத்துக் கொண்டிருக்கிறேன். எல்லா எழுத்தாளர் களையும் இதுல எழுத வைக்கணும் என்ற ஆசை இருக்கு. அசோகமித்திரன் பெரிய பொறுப்பில் இருந்துகொண்டு எழுதிக் கிட்டிருக்கார். நீங்க எல்லா மாசமும் உங்களுக்கு என்ன தோணுதோ அதை எழுதலாம். சிறுகதை என்றால் சிறுகதை, கவிதை என்றால் கவிதை, மொழிபெயர்ப்பு எதுவும் எழுதலாம்' என்று எழுதியிருந்தார். உடனே நான் ஒரு பதில் போட்டேன். "இதுவரைக்கும் நான் *கணையாழி*க்கு எழுதினதே கிடையாது. ஏதோ ஒரு விதத்தில் *கணையாழி*யோட எனக்கு ஒட்டவில்லை. அந்தப் பத்திரிகையில் வரக்கூடிய கருத்துகள் எல்லாம் எனக்கு ஒரு இடைவெளியைத்தான் ஏற்படுத்தியிருக்கின்றன. ஒரு தடவை அசோகமித்திரனுக்கே கடிதம் எழுதியிருக்கிறேன். எனக்கு ஏதோ ஒரு இடைவெளி அதன்மீது இருக்கிறது. *கணையாழி*யில் நான் எழுத ஆசைப்படவில்லை. இதுக்கு மேலே, 'நான் நண்பன், நீ எதையும் யோசிக்காமல் *கணை யாழி*க்கு எழுது' என்று சொன்னால், நான் *கணையாழி*க்கு எழுதுகிறேன்' என்று அவருக்கு லெட்டர் போட்டிருக்கிறேன்" என்ற விவரம் எல்லாம் எழுதி ஜானகிராமனுக்குப் பதில் கடிதம் எழுதினேன். 'அதெல்லாம் பழைய கதை. இப்ப நான் எடிட்டராக இருக்கேன். எனக்குப் பத்திரிகையைப் பெரிசாக் கொண்டுவரணும் என்கிற ஆசை இருக்கு' என்று எழுதியிருந்தார். ஆனால், என்ன காரணமோ தெரியவில்லை என்னால் எழுத முடியவில்லை. *கணையாழி*யை மனதில் நினைத்தால் எனக்கு எழுதவே தோன்றவில்லை.

அதன் பிறகு ஒரு தடவை நான் சென்னைக்குப் போன சமயம், அவர் நான்கு நாள்களுக்கு முன்னால் இறந்துபோன தாக – அப்போதுதான் – எனக்குத் தெரிந்தது. ஜானகிராமன் நான்கு நாளைக்கு முன்னால் இறந்து போய்விட்டார். ஒரு பயங்கரமான மரணம் – 'குரூவல் டெத்'. அவருக்கு ஏதோ சின்ன 'கம்பிளைன்ட்.' அந்த 'கம்பிளைண்டு'க்காக மருத்துவ மனையில் சேர்த்து ஒரு மணி நேரம், இண்டு மணி நேரம் ஆன பிறகும் எந்த டாக்டரும் வந்து பார்க்கவில்லை. அனாதைப் பிணம் மாதிரி அங்கே இருந்திருக்கிறார். அதற்குள் விஷயம் ரொம்ப மோசமாகிவிட்டது. அப்புறம் டாக்டர் எல்லாம் வந்திருக்கிறார்கள். அன்று இரவிலேயே அவர் இறந்துபோய்

விட்டார். ஆறு, ஏழு மணி நேரத்துக்கு எனக்கு மிகவும் கஷ்டமாக இருந்தது. எப்படியும் அவருடைய மனைவியைப் பார்க்க வேண்டும். ஆனால் இந்தத் தடவை போய்ப் பார்க்க வேண்டாம். இன்னொரு தடவை போய் அவர்களைப் பார்க்கலாம் என்று நினைத்து நான் ஊருக்கு வந்துவிட்டேன்.

அடுத்த தடவை போய் அவருடைய மனைவியைப் பார்த்தேன். வீட்டுக்கு முன்னால் ஜானகிராமனுடைய படத்தை வைத்து, அதற்கு ஒரு மாலை போட்டு வைத்திருந்தார்கள். கணவன் இல்லாத வீட்டில் ஒரு சூனியம் இருக்குமே அது அங்கே இருந்தது. குழந்தைகள் படித்துக்கொண்டிருந்தார்கள். சிரிப்பு, சந்தோஷம், விளையாட்டு எல்லாமே குறைந்துபோய்விட்டன. அதையெல்லாம் பார்த்துவிட்டு நான் வந்துவிட்டேன். அப்படித்தான் எனக்கும் அவருக்கும் உள்ள தொடர்பு முடிந்தது.

அரவிந்தன்: அவருடன் பழகும்போது முரண்பாடு இல்லாமல், உளைச்சல் இல்லாமல், கருத்து வேற்றுமை இல்லாமல், ஒரு திகட்டலும் இல்லாமல் இருந்ததா?

சுந்தர ராமசாமி: எனக்கு முதலில் அவருடன் பேச ஆரம்பித்த உடனேயே இலக்கியத்தைப் பற்றியே அவர் பேச விரும்பாதது மிகவும் ஆச்சரியமாக இருந்தது. போகப் போக அவருடைய இயற்கையே அதுதான், என்பது புரிந்தது. என்னிடம் மட்டுமல்ல, யாருடனும் இலக்கியத்தைப் பற்றிப் பேசத் தனக்கு ஒன்றும் இல்லை என்று சொன்னார். 'ஏதோ ஒரு காரணத் தினால் சிறுகதை எழுதுகிறேன், ஏதோ ஒரு காரணத்துக்காக நாவல் எழுதுறேனே தவிர, நான் அதையெல்லாம் ஆழ்ந்து யோசிச்சவன் இல்லை' என்றார்.

அப்போது 'நான் ஏன் எழுதுகிறேன்?' என்று ஒரு எழுத்தாளர் கருத்தரங்கை க.நா.சு.வும், செல்லப்பாவும் சேர்ந்து சென்னையில் நடத்தினார்கள். அதில் நான் கலந்துகொள்ள வில்லை. நான் இங்கிருந்ததால் (நாகர்கோவில்) சென்னைக்குப் போகவில்லை. ஜெயகாந்தனில் இருந்து வல்லிக்கண்ணன், ஜானகிராமன், க.நா.சு., செல்லப்பா எல்லாரும் கட்டுரை வாசித்தார்கள். அவை பின்னால் எழுத்துவில் பிரசுரமாயின. 'என்னுடைய கதைகளினுடைய நோக்கம் என்ன? நான் ஏன் எழுதுகிறேன்? இப்படியெல்லாம் கேட்டால் எனக்குப்

பதில் சொல்லத் தெரியாது' – அந்தக் கட்டுரையின் மையக் கருத்தே இதுதான். அதெல்லாம் அவர் பெரும்பாலும் உண்மை யைச் சொல்கிற மாதிரிதான் இருக்கிறது.

திகட்டல் என்றால்... அன்பைக் காட்டுவதானால் அவர் அதிகமாகக் காட்டமாட்டார். அதனால் நமக்கு அந்தத் திகட்டல் வராது. எந்த விஷயத்தையும் அவரிடம் நிறைய பகிர்ந்துகொள்ளலாம். சென்னையில் இருந்தோம் என்றால் இரவு பன்னிரண்டு மணிக்கும்கூட கூசாமல், எனக்கு 'ஹெல்ப்' வேணும் என்று கேட்டால், உடனே கிளம்பி வந்துவிடுவார். அப்படி ஒரு 'மாரல் ஸ்ட்ரெங்த்' நமக்குத் தரக்கூடியவர். என்றைக்கும் அதை விடமாட்டார். 'எனக்கு ஆபீஸுக்கு நாளை காலையில் நாலு மணிக்குப் போணுமே' என்று சொல்லமாட்டார் அவர். நம் கூடவே இருந்து நாலு மணிக்குப் போகலாம் என்று தீர்மானித்துவிடுவார். அதே மாதிரி எம்.வி.வி.க்கும் அவர் நிறைய உதவி செய்திருக்கிறார். ஆனால், அவருடைய நிலைமையை இவரால் உயர்த்த முடியவில்லை. முடிந்த வரைக்கும் உதவியிருக்கிறார். அந்த நேரத்தில் அவருக்கு அவ்வளவு வருமானம் கிடையாது. அவர் டெல்லிக்குப் போய் மேல் நிலை ஆபீஸர் ஆன பிறகுதான்அவருக்கு நல்ல வருமானம் வந்தது. ஆனால், ஆல் இந்தியா ரேடியோவில் என்ன வேலை, தனக்கு என்ன விதமான பிரமோஷன் கிடைத்திருக்கிறது என்பதைப் பற்றி எல்லாம் பேசவேமாட்டார். தன்னை ஏன் ஜெர்மனிக்கு அனுப்பினார்கள்? அதைப் பற்றிப் பேசவே மாட்டார். அனேகமாக முக்கால் பங்கு தேசத்துக்கும் அவர் போயிருக்கிறார். தமிழ் எழுத்தாளர்களில் இவ்வளவு தேசங் களையும் பார்த்த ஒரு எழுத்தாளர் அவர்தான் என்று நான் நினைக்கிறேன். ஆனால் அதைப் பற்றி அவர் சொல்லிக் கொள்ளவும் இல்லை, அதைப் பற்றி அலட்டிக்கொள்ளவும் இல்லை. அப்படி எல்லாம் அவரை அனுப்ப வேண்டும் என்றால், அவரை என்ன கற்றுக்கொள்வதற்காக அனுப்பினார் கள்? அதைப் பற்றி எல்லாம் அவர் என்னிடம் பேசினதே இல்லை.

அவர் இருக்கக்கூடிய காலத்தில் அலுவல் காரணமாக வருஷத்துக்கு இரண்டு தடவையாவது பிராட்காஸ்டிங் அமைச்சரைப் பார்க்க வாய்ப்புக் கிடைக்கும். சில சமயம் பிரதமரைப் பார்க்கச் சந்தர்ப்பம் கிடைக்கும். அதனால் அவர்

நேருவிடம் அறிமுகமாகி அவருடன் பேசுவார். ஒரு முக்கிய மான அமைச்சர், அவர் கிளாசிக்கல் மியூசிக்கில் ஆர்வம் உடையவர். வட இந்தியாக்காரர்தான். லைட் மியூசிக்கில் கொஞ்சம் கவனத்தைக் குறைத்துவிட்டு, கிளாசிக்கல் மியூசிக், கிளாசிக்கல் நாடகம் என்று ஈடுபட்டிருந்தார்.

அவருடைய காலத்துக்குப் பிறகுதான் இந்தத் துறை இந்திரா காந்திக்கு வந்தது. அப்போது அவருடைய காலத்தி லெல்லாம் இவருக்கு மிகவும் முக்கியத்துவம் கொடுத்தி ருக்கிறார். பிராட் காஸ்டிங் துறையை மேலே கொண்டு வர வேண்டும் என்று அந்த நேரத்தில் நேருவுக்கு மிகவும் அக்கறை. செய்திகளை மிகவும் விரைவாக – அப்போது டி.வி. என்கிற கான்சப்டே இந்தியாவுக்கு வரவில்லையே – கொண்டு வரவேண்டும், ஜனங்களைப் போய்ச் சேர்கிற நிகழ்ச்சிகளைக் கொண்டுவர வேண்டும் என்று ஒரு திட்டம். அப்புறம் குறைந்தது இரண்டு மூன்று கூட்டங்களிலேயாவது அவரோடு சேர்ந்து நேருவும் பேசியிருக்கிறார். அப்போது அந்த அமைச்சர் ஜானகிராமனை நேருவிடம் அறிமுகப்படுத்தி யிருக்கிறார். ஒரு சின்ன சபை என்பதால் அவரும் மிகவும் கலகலப்பாகப் பேசியிருக்கிறார். அதையெல்லாம் போகிற போக்கில் தொட்டுச் சொன்னாரே தவிர, பிரதமரை நான் பார்த்திருக்கிறேன், அவர் என்னிடம் நன்றாகப் பேசியிருக்கிறார் என்றெல்லாம் சொல்லவே மாட்டார்.

நடுவில் மகேஷ்வர் பேரில் அவருக்கு ஈடுபாடு வந்தது. அதற்கு என்ன காரணம் என்று எனக்குத் தெரியாது. சென்னை யில் அவர் வருகிற ஒவ்வொரு சமயமும் ஜானகிராமன் போய்ச் சந்திப்பார். அப்போதெல்லாம் அவரை யார் வேண்டு மானாலும் பார்க்கலாம் என்ற நிலை இருந்தது. அந்த ஈடு பாட்டில் சில தியானங்கள் எல்லாம் அவர் செய்வார்.

அரவிந்தன்: ஜே.ஜே.யைப் பற்றி அவர் எழுதினதைப் படிச்சிருக்கீங்களா?

சுந்தர ராமசாமி: நான் படிக்கவில்லை.

அரவிந்தன்: தீபம் இதழில் அவர் எழுதியிருந்தார்.

சுந்தர ராமசாமி: தீபத்தில் கரிச்சான் குஞ்சுவைப் பற்றித்தானே எழுதினார்.

அரவிந்தன்: கரிச்சான் குஞ்சுவைப் பற்றி எழுதினார். அதில் ஜே.ஜே. பற்றி 'கோட்' பண்ணியிருந்தார் ஜானகிராமன். கரிச்சான் குஞ்சு, 'ஒரு மார்க்சியப் பார்வை இதில் இருக்கு, நாம ரெண்டு பேரும் அதைப் பற்றி விவாதம் நடத்துவோமா?' என்று கேட்டி ருக்கிறார் (*தீபத்தில்*). 'சரி, பண்ணுவோமே' என்றாராம் ஜானகிராமன். அடுத்தடுத்த அத்தியாயங்களை நான் படிக்கல்ல. ஜானகிராமன் சொல்லியிருக்காராம், கதையே இல்லாமல் இருக்கு என்று.

சுந்தர ராமசாமி: எனக்கு ஞாபகம் இல்லை.

அரவிந்தன்: ஜானகிராமனைப் பற்றி இன்னொரு கேள்வி. அவரைப் பற்றி நீங்கள் விமர்சனம், சின்னதாக இருந்தாலும் ரசிக்கக் கூடியதாக எழுதியிருக்கீங்க. அதாவது, யதார்த்தத்திலேயும் எழுதின வெற்றிகரமான கவிஞன் என்று. சில இடங்களில் நீங்கள் அவரை ரொம்ப ரொமான்டிக்கானவர் என்று எழுதி யிருக்கீங்க. அதெல்லாம் அவர் கவனித்தாரா?

சுந்தர ராமசாமி: அவர் கவனித்திருப்பார் என்றுதான் நான் நினைக்கிறேன். இல்லை என்றால் யாராவது அவர் காதில் போட்டிருப்பார்கள். படித்தும் பார்த்திருப்பார். அந்த விஷயத்தைச் சிரத்தையாகச் செய்வார். நான் எழுதினால் மட்டுமல்ல, க.நா.சு. சொன்னாலும் சரி, செல்லப்பா சொன்னா லும் சரி, தன்னுடைய எழுத்தைப் பற்றி யார் சொன்னாலும் சரி கவனமாகப் படிப்பார் என்பதுதான் என் எண்ணம். ஆனால், அதைப் பற்றி என்னிடம் மட்டுமல்ல, யாரிடமும் பேசவேமாட்டார். அதைப் பற்றிப் பேசக்கூடாது என்று அவர் ஒரு தீர்மானமே வைத்திருந்தார். மிகவும் அபூர்வமாக அவரைப் பற்றியோ, கு.ப.ரா.வைப் பற்றியோ, க.நா.சு. சொன்ன விஷயங்கள் பற்றியோ கொஞ்சம் லேசாக விமர்சனம் செய் திருக்கிறார். அதெல்லாம் மிகவும் அபூர்வமான சந்தர்ப்பம். இரண்டாவது நான் சொன்னது மாதிரி அவருடைய எழுத்தில் ரொமான்டிக் தன்மை இருக்கிறது என்றுதான், இன்றைக்கும், நாளாக நாளாக அந்த அம்சம் இன்னும் அதிகரிக்கிறது என்பதுதான் என் எண்ணம். முக்கியமாக அவருடைய எழுத்தைப் பார்த்தீர்களானால், புதுமைப்பித்தன் எந்தத் தளத்தை ஏற்றுக்கொண்டாரோ, அந்தத் தளத்தை நான் ஏற்றுக்கொண்டதால்தான், அந்தத் தளத்துக்கும் ஜானகிராம

னுடைய தளத்துக்கும் உள்ள வித்தியாசம் எனக்கு முக்கிய மாகப்படுகிறது.

ஒரு தடவை நானும் நம்பியும் 'மோகமுள்' படித்துவிட்டுக் கும்பகோணம் போனோம். இதற்காக மட்டுமல்ல, வேறெதோ காரணத்துக்காகப் போனோம். அப்போது கும்பகோணம் என்றாலே ஜானகிராமனுடைய 'மோகமுள்'தான் ஞாபகம் இருக்கும். அந்த ஊர் முழுக்க மோகமுள் படர்ந்து கிடக்கும் என்று நினைத்துக்கொண்டு போனேன். அதே எண்ணம்தான் நம்பிக்கும். யமுனா பேசுகிற பேச்செல்லாம் ரயில்வே ஸ்டேஷனிலேயே கேட்டுவிடலாம், பத்து, ஐம்பது யமுனாவா வது அங்கே இருப்பாள், அதெல்லாம் நாம் கேட்கலாம். பாபு நிறைய பார்க்கலாம். இது மாதிரி நினைத்துக்கொண்டு போனோம். அந்த ஊரில் ஜானகிராமனுடைய வாடை என்பது எங்கேயுமே கிடையாது. ஒரு அனுமார் கோயிலைப் பற்றிச் சொல்லியிருக்கிறார். சின்னக் கோயில் இருக்கிறது. மற்றபடி எந்த இடத்திலேயும் அவருடைய வாசனையே அங்கு இல்லை. ஆனால், நாஞ்சில் நாடன் கதை (நாகர்கோவிலில்) ஞாபகத்துக்கு வந்தால், சந்தைக்குப் போன ஞாபகம் வந்துவிடும், வயல் பக்கம் போன ஞாபகம் வந்துவிடும். இது ஒருவிதமான பிரதிபலிப்பு. அது இன்னொரு விதமான பிரதிபலிப்பு.

ஜானகிராமன் பொதுவாக என்ன சொல்லுவார் என்றால், ரசானுபாவம்தான் முக்கியம் என்பார். அப்படி நினைக்கக் கூடிய ஒரு விதமான போக்கு. அது இந்திய மரபில் இருக்கிறது என்று நினைக்கிறேன். முக்கியமாக வடமொழி மரபில் கொஞ்சம் அதிகமாக இருக்கலாம். ஆனால், என்னைப் பொறுத்தவரையில் இந்த ரசானுபாவம் இருக்கிறதே அதை மொழி வழியாக உருவாக்கக்கூடிய சமயத்தில் அதற்கு ஒரு நோக்கமும் இருக்கிறது என்று நினைக்கிறேன். மொழியை நோக்கம் இல்லாமல் பயன்படுத்த முடியும். மொழியை அர்த்தத்தில் இருந்து பிரிக்க முடியாது. அர்த்தத்திற்கு வலு வேற்றக்கூடிய விஷயம் மொழியில் இருக்கிறது. ஆகவே சுத்தமாக அதை ஒரு ரசானுபாவத்திற்காக, அதாவது மியூசிக் அல்லது வாத்திய இசை செய்கிற காரியத்தை மொழி செய்வது உயர்வான காரியமாகத் தோன்றவில்லை. அதனால் அவருடைய எழுத்துக் களில் ஒரு குறை இருக்கிறது. இரண்டாவது, அவருக்கு ஒரு

இலக்கிய மரபு இருக்கிறது. அவருக்கு முன்னால் பல ஆட்கள் எழுதியிருக்கிறார்கள். அந்த மரபுமீது அவருக்கு இருக்கக்கூடிய ஈடுபாடு – அதற்கு ஏதாவது பழி வரக்கூடிய நேரத்தில், அதற்கு எதிராகப் பேசக்கூடிய சுபாவம் அவரிடம் இல்லவே இல்லை.

இன்னொரு விஷயம். சமூகத்தில் ஏதோ ஒரு விஷயத்தில் மாற்றம் வேண்டும். அது அவருடைய குறைந்தபட்ச அளவாகக் கூட இருக்கலாம். பெண்கள் விதவையானால் கல்யாணம் செய்துகொள்ள வேண்டும் என்கிற எண்ணம் அவருக்கு உண்டு. வினோபா பாவே பசுக்களைக் கொல்லக் கூடாது என்று சொன்னார். அதை ஜானகிராமன் ஆதரிப்பார் என்று நாம் நினைப்போம். அவரது மரபுப்படி சங்கராச்சாரியாரோ, வினோபா பாவேோ சொன்னால் ஆதரிப்பார் என்று நினைப் போம். அது முட்டாள்தனமானது என்று கோபப்பட்டுச் சொன்னார். சரி! இந்த மாதிரி விஷயங்கள்கூட அவருடைய எழுத்துக்களில் பிரதிபலிப்பதே இல்லை. அவருடைய அபிப் பிராயங்களுக்கும் எழுத்துக்கும் சம்பந்தமே கிடையாது. கொஞ்சம்தான் அவருக்கு அபிப்பிராயமே. ஒரு எழுத்தாளன் என்று பார்க்கிறபோது அவருடைய எதிர்வினை மிகவும் குறைவாக இருக்கிறது. ஆனால், எல்லாவற்றையும் அனுபவிக்கக் கூடிய ஆள்தான் அவர். எதிர்மறையான விஷயங்களைத் தள்ளிவிட்டு உலகத்தைப் பார்த்து அனுபவிக்கக்கூடிய சுபாவம் தான் எழுத்தாளரின் பொதுவான சுபாவம். ஆனால், இந்த அளவுக்கு மொழியைப் பயன்படுத்தக்கூடிய ஆட்கள் விலகி நிற்பது தனிப்பட்ட முறையில் எனக்கு உவப்பாக இல்லை. கூடுதலாகப் புதுமைப்பித்தன் எழுதிய காலம், அவருடைய கதைகள் அவர் எழுதின தளம் இவையெல்லாம் முக்கியமானது தான்.

ஜானகிராமனை நான் சந்தித்ததில் மிகவும் சந்தோஷப் பட்டேன். இன்னொன்று, அவர் பக்கத்து வீட்டில் நான் இருந்தேன் என்றால் ஒவ்வொரு நாளும் அவரைச் சந்திப்பேன். அதற்கு இன்னொரு உதாரணம் சொல்லலாம். எனக்கு அய்யாவு அய்யங்கார் என்று ஒரு நண்பர் உண்டு. அவர் இசையில் மிகவும் முக்கியமான ஒரு ஆள். அவருக்கு நிறைய பேருடைய எழுத்து பிடிக்காது. அவர் கதையெல்லாம் வாசிப்பார். அவ

ருடைய இசை ஆர்வம்தான் முக்கியமானது. இத்தனைக்கும் சின்ன வயதில் இருந்தே அவருக்குக் காது நன்றாகக் கேட்காது. அவருடைய குடும்பம் எல்லாம் எனக்கு நன்றாகத் தெரியும். கிட்டத்தட்ட ஒரு நாற்பது வருடம் அவருடன் பழகியிருக்கிறேன். நிறைய தடவை அவர் சங்கீதத்தைப் பற்றிப் பேசி யிருக்கிறார். மிகவும் வித்தியாசமான ஒரு கேரக்டர். அவருக்குக் கொஞ்சம் இலக்கியப் பரிச்சயம் உண்டு. நிறைய ஆட்களை ஒரே தடவையில் தள்ளிவிடுவார்.

புதுமைப்பித்தன், அழகிரிசாமி எல்லாம் சுத்தமாக அவருக்குப் பிடிக்காது. அவருக்கு எது பிடிக்கும் என்றால், ரசானுபாவம்தான் பிடிக்கும். இசைமாதிரி இருக்கக்கூடிய எழுத்து. அதைத்தான் அவர் தேடிக்கொண்டிருந்தார். 'மோகமுள்' படித்துவிட்டு, அப்புறம் 'சிவப்பு ரிக்‌ஷா', 'கொட்டுமேளம்' எல்லாம் படித்துவிட்டு, 'ஆஹா ஓஹோ' என்று புகழ்ந்துவிட்டார். 'நீங்க எல்லாம் என்னவோ எழுதிக்கிட்டு இருக்கேள், அவரோட எழுத்துதான் சிறந்த எழுத்து' என்று என்னிடமே சொல்லியிருக்கிறார். நாற்பது வருடம் அவருடன் நான் பழகியிருக்கிறேன். முதுமைக் காலத்தில் – திருவான்மியூரில் அவர் பெண் இருந்தா – 'அவா ரொம்ப வற்புறுத்திக் கூப்பிடுகிறா, நான் அங்க போறேன், அவளோடசெட்டில் ஆகப் போறேன்' என்று என்னிடம் சொன்னார். அப்போது நான், திருவான்மியூரில் தான் ஜானகிராமன் இருக்கிறார் என்று நினைக்கிறேன், முடிந்தால் நீங்கள் அவரைப் போய்ப் பாருங்கள் என்றேன். அப்படியா என்றார். சாதாரணமான ஆளையெல்லாம் போய்ப் பார்க்கக்கூடிய நபர் கிடையாது அய்யாவு அய்யங்கார். ஒரு அகம்பாவம் உண்டு அவருக்கு. மிகவும் எளிமையாக இருப்பார். ஆனால் உள்ளூர ஒரு அகம்பாவம் உண்டு. சின்ன வயசிலேயே அவருக்குக்கிடைத்த பதவி, இசை உலகத்தில் கிடைத்த பதவிதான் அதை அவருக்கு வளர்த்திருந்தது.

அவர் சென்னைக்குப் போன பிறகு அடிக்கடி ஜானகி ராமனைப் பார்க்க ஆரம்பித்தார். அவர்கள் இரண்டுபேருக்கும் பொதுவாக சங்கீதம் இருந்தது. அதை வைத்துக்கொண்டு வேறு விஷயங்களைப் பேசியிருக்கிறார்கள். அதன் பிறகு ஐந்து வருஷத்துக்கப்புறம் அவர் என்னைப் பார்த்தார். அப்போது

அவர் சொன்னார்: 'நல்லவேளை நான் போன உடனே நீங்க ஞாபகமா சொன்னேள். இல்லாட்டா நான் பார்த்தே இருக்கமாட்டேன். இவ்வளவு வருஷமா நான் எவ்வளவோ பேர்கிட்ட பழகியிருக்கேன். எவ்வளவு சங்கீத வித்வான்கிட்ட பழகியிருக்கேன். எவ்வளவு சங்கீத ரசிகர்கள்கிட்ட பழகியிருக்கேன். என் குடும்பத்துக்குள்ளேயே எனக்கு எவ்வளவு பேரைத் தெரியும். என் பிசினஸ் சம்பந்தமாக எவ்வளவுபேர் கிட்ட பழகியிருக்கேன். ஆனா, அவருக்கு இணையான ஒரு ஸ்னேகிதனை நான் பார்த்ததே கிடையாது' என்றார்.

அது ஒத்துக்கொள்ளக்கூடிய விஷயம் என்றுதான் நினைக்கிறேன்.

பதிவின் பதிவுகள்

பல எழுத்தாளர்களோடு நெருங்கிப் பழகிய அனுபவத்தில் ஒரு விஷயத்தை என்னால் நிச்சயமாகச் சொல்ல முடியும். எழுத்தாளர்களுக்கு, எழுதுவதற்கு இணையாக – சில சமயம் அதை விட அதிகமாக – இரண்டு விஷயங்கள் பிடித்திருக்கின்றன. ஒன்று வாசிப்பது. இன்னொன்று சக எழுத்தாளர்களுடன் பேசுவது. எழுத்தாளர்களும் மனிதப் பிறவிகள்தாம் என்பதால் அவர்களும் சாதாரண மனிதர்களுக்குள்ள அனைத்துவகை உறவு முறைகளுக்கான சாத்தியங்களும் கொண்டவர்கள்தாம். படிப்பு, தொழில், குடும்பம், ஊர், பொழுதுபோக்கு, விசேஷ ஆர்வம் முதலான பல அம்சங்கள் சார்ந்து நெருக்கமான பல உறவுகள் வளர்வதற்கான சாத்தியம் எல்லா மனிதர்களைப் போலவே அவர்களுக்கும் இருக்கிறது. என்றாலும் சக எழுத்தாளர்களுடனான அவர்களது நட்புறவு மற்ற எல்லா உறவுகளையும் விட வித்தியாசமானதாக அமைந்துவிடக்கூடும். எழுத்தைத் தீவிரமாக எடுத்துக் கொள்பவர்களுக்கு எழுத்து என்பது மிகவும் அந்தரங்க மானது. இந்த அந்தரங்க உலகம் குறித்த பகிர்தல் யாரிடத்தில் சாத்தியமாகிறதோ அவர் இயல்பாகவே நெருக்கமான நண்பராகிவிடுகிறார்.

இந்த நட்பு, இலக்கிய அனுபவங்களைப் பகிர்ந்து கொள்வதோடு நிற்பதில்லை. எழுத்துலகம் சார்ந்து

விரியும் பல கிளை உலகங்கள், பொதுவான சில அக்கறைகள் ஆகியவை குறித்த அனுபவங்களும் இந்த நட்பில் தவிர்க்க முடியாத அளவில் இடம்பிடித்து விடுகின்றன. நட்பின் விளைவாகக் கூட்டுச் செயல்பாடுகள் உருவாவதும் தமிழ்ச் சூழலில் நடந்துவருகிறது. செயல்பாடுகள் நட்பையும், நட்பு செயல்பாடுகளையும் பரஸ்பரம் செழுமைப்படுத்தியும் சீரழித்தும் வருவதும் நடக்கத்தான் செய்கிறது. இத்தகைய நட்பின் அனுபவங்கள் பதிவு செய்யப்பட்டால் அது தமிழ்ச் சூழலின் சாதகமானதும் பாதகமானதுமான பல அம்சங்களின் பின்னணியை நமக்குப் புரியவைக்கும். இது பல்வேறு ஆய்வுகளுக்கும் பல்வேறு உண்மைகள் சார்ந்த விசாரணைகளுக்கும் நம்மை இட்டுச் செல்லக்கூடும். சுருக்கமாகச் சொல்வதானால், எழுத்தாளர்களிடையே நிலவும் நட்பின் பதிவுகள் சூழலில் மிக முக்கியமான தாக்கங்களை ஏற்படுத்தக்கூடும்.

தமிழ்ச் சூழலில் இத்தகைய பதிவுகள் நடைபெற்றதேயில்லை என்று சொல்லிவிட முடியாது. க. நா. சுப்ரமணியம், அசோக மித்திரன் உள்ளிட்ட பலர் தங்களுடைய இலக்கிய நண்பர்கள் பற்றிய சுவையான, சுருக்கமான சித்திரங்களைத் தீட்டியிருக்கிறார்கள். ஆனால் நட்பின் பல்வேறு பரிமாணங்களையும் பரிணாமங்களையும் ஆதியோடந்தமாக, விரிவாக இதுவரை யாரும் பதிவுசெய்ததில்லை. அந்த வகையில் மூத்த எழுத்தாளர்களில் ஒருவரான சுந்தர ராமசாமி பகிர்ந்துகொள்ளும் இந்த அனுபவங்கள் முன்னுதாரணமற்ற அரிய பதிவுகள் என்று சொல்லலாம்.

சுந்தர ராமசாமியோடு நெருங்கிப் பழகுபவர்கள் ஒரு விஷயத்தைக் கவனித்திருப்பார்கள். நண்பர்களுடன் பேசும் போது தன் இளவயது அனுபவங்கள் பற்றி அவர் மிக இயல்பாகவும் சுவாரஸ்யமாகவும் பேசுவார். இவற்றில் பெரும்பாலானவை எழுத்தாளர்களுடன் அவருக்கு ஏற்பட்ட நட்பின் அனுபவங்கள். க. நா. சுப்ரமணியன், சி. சு. செல்லப்பா, தி. ஜானகிராமன், பிரமிள், நாகராஜன் போன்ற எழுத்தாளர்கள் பற்றிப் பல விஷயங்களை இவர் சொல்வதை நண்பர்கள் கேட்டிருப்பார்கள். உதிரியாகவும் சிதறலாகவும் வெளிப்பட்டு வரும் இந்த அனுபவப் பதிவுகளை முறையாகத் தொகுத்தால் தமிழில் அது ஓர் அரிய பதிவாக இருக்கும் என்று சு. ராவின்

மகன் கண்ணனுக்கும், நெய்தல் கிருஷ்ணன், ஆ. இரா. வேங்கடா சலபதி போன்ற நண்பர்களுக்கும் தோன்றியதில் வியப்பில்லை.

சு. ராவைப் 'பேட்டி' கண்டு அவருடைய அனுபவங்களைப் பதிவுசெய்து தர இயலுமா என்று கண்ணன் என்னைக் கேட்டபோது நான் மகிழ்ச்சியோடு ஒப்புக்கொண்டேன் என்பதைச் சொல்லத் தேவையில்லை. அந்தச் சமயத்தில்தான் மௌனியின் படைப்புகள் குறித்து *காலச்சுவடு* இதழும் தலித் இதழும் இணைந்து ஏற்பாடு செய்த கருத்தரங்கு ஒன்று பாண்டிச்சேரியில் நடைபெற்றது (செப்டம்பர் 2001). அதில் துவக்க உரையாற்றிய சு. ரா., மௌனியுடன் தனக்கு ஏற்பட் டிருந்த நட்பின் அனுபவங்களைப் பகிர்ந்துகொண்ட விதம் எல்லோரையும் கவர்ந்தது. அந்தப் பேச்சைக் கேட்டதில் எனக்கு ஏற்பட்டிருந்த உற்சாகம் சு. ராவின் நட்பின் அனு பவங்களைப் பதிவு செய்யும் வேலையைச் சீக்கிரம் தொடங்க வேண்டும் என்ற ஆர்வத்தை ஏற்படுத்தியது. விரைவில் அதற் கான தருணமும் வாய்த்தது.

அச்சு ஊடகத்திலிருந்து (*இந்தியா டுடே*) இணைய தளம் என்ற மின்னணு ஊடகத்திற்கு மாறியிருந்த எனது தொழில் சார்ந்த வாழ்க்கை, உலகளாவிய அளவில் இணைய தளத் துறையில் ஏற்பட்டிருந்த பின்னடைவினால் பாதிப்படைந் திருந்த சமயம் அது. தொழில்சார் வாழ்க்கையில் விழுந்த இடைவெளியின் ஒரு பகுதியை இந்தப் பதிவுகளுக்காகப் பயன்படுத்திக் கொள்ளலாம் என்று தோன்றியது. அதை யடுத்து 2001ஆம் ஆண்டின் அக்டோபர், நவம்பர், டிசம்பர் மாதங்களிலும் 2002 ஜனவரி, பிப்ரவரி மாதங்களிலும் பல அமர்வுகளில் நடந்த இந்தப் பதிவில் சுமார் பத்து எழுத்தாளர்கள் தொடர்பான அனுபவங்கள் பதிவு செய்யப்பட்டன.

அவ்வப்போது சில கேள்விகள், சந்தேகங்கள், நினைவுபடுத்தல் கள் ஆகியவற்றைத் தவிர இந்தப் பதிவில் என் பங்கு எதுவும் இல்லை. ஆனால் நான் பெற்றுக்கொண்டது நிறைய. எழுத் திலும் பேச்சிலும் சுந்தர ராமசாமி ஒரு சிறந்த கதைசொல்லி. பழைய நினைவுகளை அவர் பல சமயம் கதைபோலவே சொல்லிச் சென்றார். ஒலி நாடாவிலிருந்து எடுத்து எழுதப்படும் பதிவில் இடம்பெற முடியாத பல ரசமான அம்சங்களை – குரலின் ஏற்ற இறக்கங்கள், முக பாவனைகள், அவ்வப்போது

கடைவாயில் கசியும் குறுநகை ஆகியவற்றை – என்னால் நுகரவும் ரசிக்கவும் முடிந்தது. அவ்வப்போது பேச்சு திசை மாறி, இந்தப் பதிவுகளோடு அதிகம் தொடர்பற்ற விஷயங் களைப் பார்த்து நகரத் தொடங்கிவிடும். அதுபோன்ற சந்தர்ப்பங்களில் கூடுதலாகப் பல விஷயங்களை அறிந்து கொள்ளவும் விவாதிக்கவும் எனக்கு வாய்ப்புக் கிடைக்கும். நட்பின் ஈரத்தைக் காப்பாற்றிக்கொள்ளும் முயற்சியில் சு. ரா. தனது தர அளவுகோல்களையும் மதிப்பீடுகளையும் ஒருபோதும் சமரசம் செய்துகொண்டதில்லை என்பதையும், இவற்றுக்காக நட்பை முறித்துக்கொள்ளும் நிலைக்குப் போனதில்லை என்பதையும் என்னால் உணர முடிந்தது. எனக்கான ஒரு முக்கியமான பாடமாகவே இதை நான் எடுத்துக் கொள்கிறேன்.

இந்தப் பதிவுகளில் என்னை மிகவும் கவர்ந்தது ஜி. நாகராஜன் தொடர்பான பதிவுதான். ஒரு குறுநாவலுக்குரிய சம்பவக் கோவைகளை இயல்பாகக் கொண்டிருந்த அந்தப் பதிவு என்னளவில் ஒரு சிறந்த வாசிப்பனுபவத்தைத் தந்தது. கட்டு மஸ்தான உடலுடன் மீசையை முறுக்கியபடி, “பயப்படாதீங்க ராமசாமி” என்று முதுகில் (அன்போடு) பலமாகத் தட்டிக் கொடுத்த கம்பீரமான நாகராஜனுக்கும் ஒரு நாளுக்கு ஒரே ஒரு லட்டைத் தவிர வேறு எதையுமே சாப்பிட முடியாத அளவுக்குப் பலவீனமாகிவிட்ட நாகராஜனுக்கும் இடையே இருந்த இடைவெளி என்னை உலுக்கிவிட்டது. ஜீவா பற்றிய பதிவு எழுத்தாளனின் சுதந்திரத்திற்கும் இயக்கம் சார்ந்த செயல்பாடுகளுக்கும் இடையே உள்ள தீர்க்க முடியாத முரண்பாடுகள் குறித்து என்னை மிகவும் சிந்திக்க வைத்தது. நட்புக்கும் மதிப்பீடுகளுக்கும் இடையே உள்ள முரண்பாடு களால் உருவாகும் போராட்டம் சார்ந்த எண்ணங்களைக் கூர்மைப்படுத்தியது பிரமிள் பற்றிய பதிவு.

பல குணசித்திரங்கள் உருவாகிவருவது இந்தப் பதிவுகளின் இன்னொரு சிறப்பு. குறிப்பாக சு. ராவின் அப்பாவைப் பற்றிய சித்திரம். ‘ஜே. ஜே: சில குறிப்புக’ளிலும், ‘குழந்தைகள் பெண்கள் ஆண்க’ளிலும் சில சிறுகதைகளிலும் எஸ். ஆர். எஸ். பற்றி நமக்குக் கிடைக்கும் சித்திரத்தின் நீட்சி என்று சொல்லத் தக்க பல இடங்கள் இந்தப் பதிவுகளில் இடம்பெற்றிருக் கின்றன. தன் அப்பாவுக்கும் தனக்குமான உறவில் உருவான

முரண்பாடுகள் குறித்தும் ஏழாண்டுக்காலம் எழுதாமல் இருந்த 'மோனத்தவம்' பற்றியும் சு.ரா. இந்தப் பதிவுகளில் முதல் முறையாக விரிவாகப் பேசியிருக்கிறார்.

சொல்லிக்கொண்டே போகலாம். ஒரு காலகட்டத்து எழுத்தாளர்களின் இன்னொரு பக்கத்தை நமக்கு அறியத் தரும் இந்தப் பதிவுகள் வாசகர்களால் பெரிதும் விரும்பப்படும் என்று நம்புகிறேன். உலகத்தமிழ் இணைய தளத்தில் வரும் 'நினைவோடை' தொடருக்குக் கிடைத்துவரும் வரவேற்பு என் நம்பிக்கையை ஆமோதிக்கும் வகையில் அமைந்துள்ளது. சிறப்பான முறையில் இந்தப் பதிவுகளைத் தொகுத்துத் தந்த மகாதேவனின் உழைப்பு இந்தப் பதிவுகள் நூலாக வருவதில் ஆற்றிய பங்கை ஒருநாளும் மறக்க முடியாது.

இந்தப் பதிவுகள் அனைத்தும் மறைந்த எழுத்தாளர்களுடனான நட்பைப் பற்றியவை. இதன் தொடர்ச்சியாக வாழும் எழுத்தாளர்களுடனான தனது நட்பின் அனுபவங்களையும் பதிவு செய்ய வேண்டும் என்று சு.ராவிடம் கண்ணனும் நானும் கேட்டிருக்கிறோம். மீண்டும் ஒருமுறை சில மாதங்களை ஒதுக்க வேண்டியிருக்கும். விரைவில் அது சாத்தியமானால் நினைவோடையின் தொடர் நூல் வரிசையின் இரண்டாம் பகுதி ஓரிரு ஆண்டுகளில் வெளியாகலாம்.

மே *9, 2003* — அரவிந்தன்

‘எதற்காக எழுதுகிறேன்’

தி. ஜானகிராமன்

ஏன் எழுதுகிறாய் என்று கேட்பது, ஏன் சாப்பிடு கிறாய் என்று கேட்பது போல. பசிக்கிறது. சாப்பிடுகிறோம். உயிரோடிருக்க, சாப்பிடுகிறோம். பலம் வேண்டிச் சாப் பிடுகிறோம். ருசியாயிருக்கிறது என்று ஜிஹ்வா சாபல் யத்தினால் சாப்பிடுகிறோம். சாப்பிடாமல் இருந்தால் ஏதாவது நினைத்துக் கொள்ளப் போகிறார்களே என்று சாப்பிடுகிறோம். சில பேர் சாப்பிடுவதற்காகவே சாப்பிடு கிறார்கள். ருசி, மணத்தைக்கூடப் பாராட்டாமல் சாப்பிடு கிறார்கள். நம் நாட்டு அரசியல் பிரமுகர் ஒருவர் அமெரிக்கத் தூதராலய விருந்து, உடனே கவர்னர் விருந்து, உடனே ராமநவமி உத்சவச் சாப்பாடு மூன்றையும் ஏழிலிருந்து எட்டு மணிக்குள் சாப்பிடுவார். இத்தனை காரணங்கள் எழுத்துக்கும் உண்டு – அதாவது நான் எழுதுகிறதற்கு. பணத்துக்காக, பேருக்காக, பேரைக் காப்பாற்றிக் கொள்வதற்காக, நானும் இருக்கிறேன் என்று காண்பித்துக் கொள்வதற்காக, தாக்ஷிண்யத்திற்காக, எனக்கே எனக்காக, கொஞ்சம் எனக்கும் கொஞ்சம் உங்களுக்குமாக, சில சமயம் எதற்கு, யாருக்கு என்று தெரியாமல் – இப்படி பல மாதிரியாக எழுதுகிறேன். சில சமயம் நாடகத் தயாரிப்பாளர் சொல்லுகிறார் – ஒரு பிரமிப்பு, ஒரு தினுசான தாக்குதல் ஏற்படுத்த வேண்டும் பார்க்கிறவர்கள் மனதில் என்று – சரி என்று

சொல்லுகிறேன். கடைசியில் பார்க்கும்பொழுது, இத்தனை காரணங்களும் அல்லாடி அலைந்து மூன்று கழிகளில் பிரிந்து விழுந்துவிடுகின்றன. எனக்கே எனக்கு, உனக்கே உனக்கு, எனக்கும் உனக்கும் – இந்த மூன்று தினுசு தான் கடைசியாக உண்டு என்று தோன்றுகிறது. இந்த மூன்றும் சேர்ந்து ஒரே இடத்தில் ஒரே எழுத்தில் இருக்கிறாற் போல சில சமயம் ஒரு பிரமை ஏற்படலாம். அது பிரமைதான். உண்மையில்லை.

இரவு எட்டு மணிக்குக் காய்கறி வாங்கும்பொழுது, நேற்று மாலையில் வந்தது, இன்று காலையில் வந்து இன்று முழுவதும் வெயிலில் காய்ந்தது, இன்று மாலை வந்தது மூன்றும் ஒரே குவியலாகக் கிடக்கும். ஆனால் சற்று உற்றுப் பார்த்து, தொடாமல்கூட, கலந்துகட்டி என்று கண்டுபிடித்து விடலாம்.

எனக்கே எனக்கு என்று சொல்லுகிற எழுத்தைப் பற்றித்தான் இங்கு சொல்ல வேண்டும். அதுதான் சொல்ல முடியும்? விஸ்தாரமாகச் சொல்ல என்ன இருக்கிறது? எனக்கே எனக்காக எழுதவேண்டும்போலிருக்கிறது. எழுதுகிறேன். அது என்னமோ பெரிய ஆனந்தமாக இருக்கிறது. காதல் செய்கிற இன்பம் அதில் இருக்கிறது. காதல் செய்கிற இன்பம், ஏக்கம், எதிர்பார்ப்பு, ஒன்றிப்போதல், வேதனை – எல்லாம் அதில் இருக்கின்றன. இன்னும் உள்ளபடி சொல்ல வேண்டும் என்றால் பிறர் மனைவியைக் காதலிக்கிற இன்பம், ஏக்கம், நிறைவு – எல்லாம் அதில் இருக்கின்றன. கண்யநஷ்டம், பாபம் பாபம் என்று மூலையில் முடங்கியவாறே கையாலாகாமல் முணுமுணுக்கிற மனச்சாட்சி, சந்தி சிரிப்பு, சந்தேகக்கண் கள், – இத்தனையையும் பொருட்படுத்தாமல் முன்னேறுகிற பிடிவாதம், வெறி, அதாவது ஆனந்தம் – எல்லாம் அதில் இருக்கின்றன. உங்களுக்காக எழுதும்பொழுதோ மனைவியைக் காதலிக்கிற நல்ல பிள்ளைத்தனமும் நிர்ப்பந்தமும்தான் கண்ணுக்குத் தெரிகின்றன. பல சமயங்களில் நல்ல பிள்ளை யாகத்தான் காலம் தள்ள வேண்டியிருக்கிறது. மனித வாழ்க் கையின் நெருக்கடிகளும் பிடுங்கல்களும் அப்படிச் செய்து விடுகின்றன. இந்த நிர்ப்பந்தத்துக்குப் பணியாதவர்களைக் கண்டும் நிர்ப்பந்தங்கள் இல்லாதவர்களைக் கண்டும் பொறாமைப் படுகிறேன்.

சரி. எனக்கே எனக்காக எழுதும்பொழுது என்ன எழுது கிறேன்? எப்படி எழுதுகிறேன்? என்ன எழுத வேண்டும் என்று எனக்கு நானே உபதேசம் செய்துகொள்கிறேனோ? பசியே தொழிலாகக் கொண்டிருக்கிற ஏழைகளைப் பற்றி, பிச்சைக்காரர்களைப் பற்றி, பாட்டாளிகளைப் பற்றி, விருப்பமில்லாமல் வழுக்கி விழுந்த பெண்களைப் பற்றி, பள்ளிக்கூடம் போக முடியாமல், பிண ஊர்வலத்தில் நடனம் ஆடிக்கொண்டு போகிற குழந்தைகளைப் பற்றி, விருப்பமில்லாமல் திருட நேர்ந்தவர்களைப் பற்றித்தான் எழுத வேண்டும் என்று வகுத்துக் கொள்கிறேனா? இதையெல்லாம் எழுதி, உன்னைச் சுற்றி சாக்கடை தேங்கிக் கிடக்கிறது. ஏன் பார்க்கவில்லை யென்று சமுதாயத்தைப் பார்த்துக் கோபித்துக்கொள்ள சங்கற்பிக்கிறேனா? அல்லது குடும்ப உறவுகள், உணர்ச்சிகள், கலைஞர்கள், பெரிய உத்தியோஸ்தர்கள், நடுவகுப்பு, உயர் வகுப்பு மனிதர்கள், அவர்களுடைய ஆசாரங்கள், சீலங்கள், புருவம் தூக்கும் பாங்கு, கண்ணியவரம்புகள், மேல்பூச்சுகள், உள்நச்சுகள் இவற்றைப் பற்றி எழுத வேண்டும். என்று திட்டம் போட்டுக்கொள்கிறேனா? அல்லது சிம்ம விஸ்ணு, கரிகாலன், ராணாப் பிரதாப், வல்லவ சேனன், அலெக்ஸாண்டர் – இவர்களைப் பற்றி எழுதி பழையகாலத்தை மீண்டும் படைக்க வேண்டும், இன்றைய மனிதனின் மூதாதையரின் நற்குண தூர்குணங்கள், இவற்றையெல்லாம் எழுதி சரித்திரக் கொள்கை களையோ சித்தாந்தங்களையோ வகுத்து நிலைநாட்ட வேண்டும் என்று எழுதும்பொழுது திட்டம் போட்டுக் கொள்கிறேனா?

எனக்கே எனக்காக எழுதும்பொழுது இந்தப் பிடுங்கல்கள் ஏதும் என்னைத் தொந்தரவு செய்வதில்லை நான் இத்தனை பெயரைப் பற்றியும் எழுதினாலும் எழுதுவேன். எழுதாமலும் இருப்பேன். யாரைத் தெரியுமோ அவர்களைப் பற்றி எழுதுவேன் அதாவது அவர்கள் அல்லது அதுகள் என் மனதில் புகுந்து, தங்கி, அமர்ந்து என்னைத் தொந்தரவு பண்ணினால் எழுவேன். தொந்தரவு தாங்கமுடியாமல் போனால் தான் எழுதுவேன் நானாகத் தேடிக்கொண்டுபோய் ‘உன்னைப் பற்றி எழுதுவதாக உத்தேசம், என்று பேட்டிகாணமாட் டேன் – அப்ஸர்வ் பண்ணமாட்டேன். அவர்களாக, அதுகளாக வந்து என்னைத் தாங்கினால்தான் உண்டு. அதனால்தான்

எனக்கு எழுதுவதற்காக யாத்திரை பயணங்கள் செய்வதில் உற்சாவம் கிடையாது. அதைவிட காதல் செய்து பொழுதைப் போக்கலாம். (என்ன காதல் என்று நிர்ணயித்துக்கொள்வது என்னுடைய இஷ்டம், வசதியைப் பொறுத்தது.)

அப்படியென்றால் நீர் எழுதுவதற்காகப் பயணம் செய்வ தில்லையா என்று யாராவது கேட்டால்? ம் . . . செய்கிறதுண்டு. அது உங்களுக்காக, உங்களுக்கும் எனக்குமாக எழுதும் பொழுதுதான். அதனால் கொஞ்சம் பணம் சம்பாதிக்கலாம், ஏமாளிகளைப் பிரமிக்க அடிக்கலாம் என்று தோன்றினால் செய்வதுண்டு. நடுநடுவே அல்ப சந்தோசங்கள் படுவதில் தப்பொன்றுமில்லை.

ஆக, எனக்குத் தெரிந்தவர்களையும், தெரிந்ததுகளையும் பற்றி எழுதுகிறேன் . . . அல்லது என் கண்ணிலும் மனதிலும் பட்டவர்களையும் பட்டவைகளைப் பற்றியும் எழுதுகிறேன். சில சமயம் என்ன அம்மாமி பாஷையாக இருக்கிறதே என்று சிலர் சொல்கிறார்கள். நான் என்னசெய்ய அம்மாமிகளைத் தான் எனக்கு அதிகமாகத் தெரியும். ஆத்தாள்களைப் பற்றி ஏதோ சிறிதளவுதான் தெரியும். தெரிந்த விகிதத்துக்குத்தான் எழுத்தும் வரும்.

எதற்கு எழுதுகிறாய் என்று கேட்டதற்கு, என்ன எழுது கிறேன் என்று சொல்வதா பதில் என்று யாராவது கேட்கலாம். எனக்காக என்று சொல்லும் பொழுது, என்ன, எப்படி இரண்டும் சொல்லத்தான் வேண்டும் என்று முன்னாலேயே சொல்லிவிட்டேன். மறுபடியும் சந்தேகம் வரப்போகிறதே என்பதற்காக ஞாபகமூட்டினேன்.

எப்படி என்ற கேள்விக்குப் பதில் சொல்லுவதுகூட அவ்வளவு கடினமில்லை. ஏனெனில் எனக்காக எழுதுவது சொல்பம்தான். எழுதுகிறது என்னமோ அதிகம்தான். கூலிக்கு மாரடிப்பதும், கோயில் மேளம் வாசிப்பதும் நிறைய உண்டு. ஆனால் அது என்றும் சொந்தத்திற்கு என்று எழுதுகிற எழுத்தைப் பாதிப்பதில்லை என்று நிச்சயமான உணர்வு இருக்கிறது. கூலிக்கு மாரடித்தால், மார்வலியோ, சோர்வோ இருந்தால், வலியடங்கிச் சோர்வகன்ற பிறகு அதுவும் அவசிய மானால், முடிந்தால் எழுதுகிறதே தவிர, வலியோடும் சோர்

வோடும் எழுதுகிறது கிடையாது. எவனாவது எழுதுவானோ அந்த மாதிரி! எழுதத்தான் முடியுமா? திரானி எங்கே இருக்கும்?

எப்படி எழுதுகிறேன் என்று சொல்வதைவிட எப்படி எழுத ஆரம்பிக்கும் நிலைக்கு வருகிறேன் என்று சொல்வது தான் இன்னும் பொருந்தும். புகையிலையை மென்றுகொண்டு சும்மா உட்கார்ந்து மனம் சுற்றிச் சுற்றி ஒன்றை முற்றுகை யிடுகிற, வழிகாணாமல் தவிக்கிற, வழி காணப் பறக்கிற ஆட்டங்களைப் பார்த்துக்கொண்டே உட்கார்ந்திருக்கிறேன். சாப்பிடும் பொழுது வேறுவேலைசெய்யும் பொழுது, வேறு ஏதோ எழுதும்பொழுது, யாருடனோ பேசும்பொழுது இருந்த அமர்க்களமும் தவிர்ப்பும் நடந்துகொண்டுதானிருக்கின்றன. நடப்பது தெரிகிறது. வழி தெரிந்ததும் எழுத முடிகிறது. அவ்வளவுக்கு மேல் அதைப் பற்றிச் சொல்ல ஒன்றும் இல்லை.

கலை வடிவத்துக்கும் எனக்காக எழுதுவதற்கும் என்ன சம்பந்தம்? எனக்காக எழுதுவது எல்லாம் கடைசல் பிடித்த கலைவடிவம் கொண்டிருக்க வேண்டுமா? அவசியம் இல்லை. கலைவடிவம் என்பது தவத்தையும், அதன் தீவிரத்தையும் பொறுத்தது. அந்த முனைப்பு சிறு நொடியிலோ, பல வருடங்களிலோ சாத்தியமாகலாம். காலம் முக்கியம் என்றா லும் அவ்வளவு முக்கியமில்லை. உணர்வின் அனுபூதியின், அமுங்கி முழுகுவதின் தீவிரத் தன்மைதான் முக்கியமானது. இது எனக்காக எழுதும் எழுத்திலும் சாத்தியம். உங்களுக்காக எழுதும் எழுத்திலும் சாத்தியம். எனக்காக எழுதும் எழுத்தில் கலைவடிவம் சில சமயம் மூளியாகவோ, முழுமை பெறாமலோ, நகாசு பெறாமலோ இருக்கலாம். ஆனால் அதுதான் அதன் வடிவம். அதாவது மூளியும் முழுமையில்லாததும் அதனுடைய ஒரு அம்சம்.

கூலிக்காக நான் எழுதும் எழுத்திலும் அல்லது உங்கள் சந்தோஷத்துக்காக நான் எழுதும் எழுத்திலும் கலை வடிவம் என்ற ஒன்றைக் கொண்டுவந்துவிட முடியும். இங்கு கலை வடிவம் என்பது பயிற்சியின், சாதகத்தின் ஒரு விளைவாகப் பரிணமித்துவிடுகிறது. இந்த இடத்தில்தான் ஒரு முக்கியமான வேற்றுமை தோன்றுகிறது. கலைக்கும் நுண் தொழிலுக்கும் உள்ள வேற்றுமை அது. சில சமயம் நான் செய்கிற நுண்

தொழிலைக் கண்டு கலைவடிவம் என்று தப்பாகப் புரிந்து கொண்டு விடுபவர்கள் உண்டு. அப்படிச் சொல்லி என்னையே ஏமாற்றப் பார்ப்பார்கள்.

ஆனால் எனக்குத் தெரியும் எது கொம்பில் பழுத்தது, எதை நான் தடியால் அடித்து குடாப்பில் ஊதிப் பழுக்க வைத்திருக்கிறேன் என்று. எனக்காக நான் எழுதும் போது, கொம்பில் பழுத்த பழம். நான் பண்ணிய தவத்தின் முனைப் பில் பழுத்த பழம் அது. என் தவம் எத்தனைக் கெத்தனை தீவிரமாக ஒன்றிப்பிலும் தன் மறப்பிலும் கனிந்து எரிகிறதோ. அப்போது வடிவம் தானாக அமைந்துவிடும். அது சில சமயம் மூளியாகவோ குறையுள்ளதாகவோ இருக்கலாம். ஆனால் பூப்புநிலையில் பூவில் இட்ட முட்டை வண்டாக வளர்கிறமாதிரி, அதை நான் தடுத்திருக்க முடியாது. அந்த ஒரு கறுப்பு, கசப்பு எல்லாம் அதன் அம்சம். தவிர்க்க முடியாத நிலையில் எழுதப்பட்ட விதி. இந்தக் கனிவில்தான், இந்த தவத்தில்தான் என் சுயரூபம் எனக்குத் தெரிகிறது. என்னு டைய உள் பிரபஞ்சத்தில் உள்ளதெல்லாம் மேலே மேலே இருள் நீங்கி என் சிந்தைக்கும் உணர்விற்கும் புலனாகிறது. என் தவம் மிக மிக, மேலும் மேலும் என் சுயரூபம் எனக்குத் தெரியும். அதற்கு வளர்ச்சி என்றோ மாறுதல் என்றோ பெயர்களிட நான் விரும்பவில்லை.

இந்தக் கலைவடிவம்தான் வடிவம். இதை ஒரு மரச்சட்ட மாகச் செய்து இறுகச் செய்துவிடுகிறர்கள் இலக்கியச் சட்டம் சேர்க்கிற தச்சர்கள். அதை வைத்துக்கொண்டு பிறகு வரும் கலைவடிவங்களையும் பிறருடையவற்றையும் அதிலே பொருத்தப் பார்க்கிறார்கள். தானே வடிந்த வடிவத்தை, சட்டத்தில், திருவாசியில் அடைக்க முடியாது. இப்படி அடைத்து, சமஸ்கிருத அடைக்க முடியாது. இப்படி அடைத்து, சமஸ்கிருத நாடகத்தை வளரவிடாமல் அடித்த ஒரேபெருமை தச்சர்களுக்கு உண்டு. சமஸ்கிருத நாடகம் சூம்பிப்போனதற்கு, பல காரணங்களில் இதுவும் ஒன்று.

அதற்காகத்தான் மீண்டும் சொல்கிறேன். கலை வடிவம் என்னுடையது. என் தவத்தின் பெருமையைப் பொருத்தது. மூளியும் அதன் பெருமை. சட்டம் போட்டு என்னைப் பய முறுத்தாதீர்கள் என்று. நான் உங்களுக்காக எழுதுகிறதைப்

பற்றி நீங்கள் அந்தத் தீர்ப்பெல்லாம் சொல்லலாம். நான் கவலைப்படவில்லை. வாலைப் போட்டுவிட்டு பல்லியைப் போல் தப்பிவிடுவேன்.

(சென்னையில் 8.4.62இல், 'எதற்காக எழுதுகிறேன்' என்ற தலைப்பில் நடந்த எழுத்தாளர் கருத்தரங்கில் **தி. ஜானகிராமன்** வாசித்த கட்டுரை: *எழுத்து*; மே 1962)